ट्विदल

नव्या युगाच्या विज्ञान कथा

डॉ. बाळ फोंडके

मेहता पब्लिशिंग हाऊस

Please contact us at **Mehta Publishing House,** Pune 411030.
© +91 020-24476924 / 24460313 / Mob. No. 9545000513
Email : production@mehtapublishinghouse.com
Website : www.mehtapublishinghouse.com

- *या पुस्तकातील लेखकाची मते, घटना, वर्णने ही त्या लेखकाची असून त्याच्याशी प्रकाशक सहमत असतीलच असे नाही.*

DWIDAL by DR. BAL PHONDAKE

द्विदल : डॉ. बाळ फोंडके / विज्ञान कथा

Email : author@mehtapublishinghouse.com

प्रकाशक : सुनील अनिल मेहता, मेहता पब्लिशिंग हाऊस,
१९४१, सदाशिव पेठ, माडीवाले कॉलनी, पुणे - ४११०३०.

अक्षरजुळणी : स्वाती एंटरप्रायझेस, पुणे -९

मुद्रक : ट्रिनिटी ॲकॅडमी फॉर कॉर्पोरेट ट्रेनिंग लिमिटेड

मुखपृष्ठ : सतीश भानसार

प्रथमावृत्ती : ३१ ऑक्टोबर, २०१६

किंमत : ₹ १७०

P Book ISBN 9789386175519
E Book ISBN 9789386175526
E Books available on : amazonkindle Apple Books Google Play Books

अमृतराव मोहिते आणि डॉ. कौशिक या जोडगोळीच्या
अद्‌भुत कहाण्यांची मोहिनी ज्यांच्यावर पडली
आणि ज्यांनी या दोघांना सातत्यानं वाचकांसमोर
'धनंजय'मधून सादर केलं, त्या साक्षेपी संपादक
राजेंद्र कुलकर्णी या मित्राच्या स्मृतीस...

ऋणनिर्देश

या संग्रहातील कथा यापूर्वी 'धर्मभास्कर' आणि 'चंद्रकांत' यांच्या दिवाळी अंकांमध्ये प्रकाशित झाल्या आहेत. त्यांचा या संग्रहात समावेश करण्याची परवानगी दिल्याबद्दल त्यांचे संपादक श्रीमती ऋतावरी तुळजापूरकर आणि श्रीमती नीलिमा कुलकर्णी यांचा मी आभारी आहे.

कथासंग्रहाचं प्रकाशन करण्याची जबाबदारी मेहता पब्लिशिंग हाऊसने आनंदानं स्वीकारली. त्यांचे आणि माझे दीर्घकाळचे ऋणानुबंध पाहता त्यांना मी औपचारिक आभार मानलेले आवडणार नाही. परंतु तसं न करणं मला कृतघ्नपणाचं वाटेल.

या संग्रहाचं मुखपृष्ठ सतीश भावसार यांनी सजवलं आहे. ते समर्पक तर आहेच, पण मेहता प्रकाशनाच्या लौकिकाला साजेसंही आहे. यासाठी मी या सर्वांचा आभारी आहे.

– बाळ फोंडके

। नार्सिसस ।

"काय धोंडिबा, बटाटेवडे तयार आहेत ना?" आत येत प्रसन्न चेहऱ्यानं अमृतरावांनी विचारलं.

"नाय बा!" आश्चर्य चकित चेहऱ्यानं धोंडिबा म्हणाला, "तुमी येनार असल्याचं साहेब काय बी म्हनालं न्हवतं. त्यांनी सांगितलं आसतं, तर म्या नक्कीच तयार ठेवलं असतं."

"अरे, मस्करी केली तुझी!" त्याच्या खांद्यावर हलकेच थोपटत अमृतराव म्हणाले, "तुझे साहेब काय करताहेत?"

"तुमचीच वाट पाहतायंत." बाहेर येत डॉ. कौशिकांनी अमृतरावांचं स्वागत केलं. "बटाटेवडे राहू देत. मुद्दामच सांगितलं नाही तुला. त्यात गुंतल्यावर या साहेबांना आपल्याला कुठं जायचंय याचंही भान राहिलं नसतं. पण झकास चहा करून आण पटकन."

आज दोघांनीही प्राध्यापक अमर बोस यांच्या व्याख्यानाला जायचं ठरवलं होतं. त्याच इराद्यानं अमृतराव आता आले होते. तेवढे दोन तास आपल्याला मोकळीक मिळावी म्हणून ऑफिसातली सारी कामं लवकर उरकून ते तसे लवकरच बाहेर पडले होते. असिस्टंट कमिशनर प्रधानांच्या हातात सारा कारभार सोपवत त्यांनी अगदीच नॅशनल इमर्जन्सी आल्याशिवाय आपल्याला डिस्टर्ब करू नये, अशी ऑर्डरही देऊन ठेवली होती. आपला मोबाइल आपण स्विच ऑफ करून ठेवणार आहोत, हेही त्यांनी स्पष्ट करून टाकलं होतं. आजवर आयत्या वेळी येऊन पडलेल्या कोणत्यातरी कामगिरीपायी अशा कितीतरी ठरवलेल्या कार्यक्रमांचा विचका झाल्याची आठवण ते विसरले नव्हते.

खरंतर आजच्या व्याख्यानाच्या विषयाचा त्यांच्या कामाशी काहीही संबंध नव्हता. पण प्राध्यापक अमर बोसांच्या ख्यातीनंच त्यांना त्या व्याख्यानाकडे आकर्षित केलं होतं. मूळ भारतीय असले, तरी आजकाल बोस अमेरिकेतच स्थायिक झाले होते. त्यांच्या विषयात ते आंतरराष्ट्रीय दर्जाचे तज्ज्ञ मानले जात होते. मेंदू, चेतासंस्था हे त्यांच्या संशोधनाचं आणि अध्ययनाचं मूळ सूत्र होतं. त्यांच्या दृष्टीनं माणसाचा मेंदू हेच त्याचं व्यवच्छेदक लक्षण होतं. मेंदूशिवाय माणसाला इतर प्राण्यांइतकंही महत्त्व मिळालं नसतं, असं त्यांचं आग्रही मत होतं. आणि ते सिद्ध करण्याइतका पुरावाही त्यांनी आपल्या संशोधनातून मिळवला होता, जगापुढे सादर केला होता.

त्यांच्या आजच्या व्याख्यानाचा विषय मज्जासंस्थेशी संबंधितच असणार हे सांगण्यासाठी कोणा कौशिकांसारख्या चाणाक्ष वैज्ञानिकाची किंवा अमृतरावांसारख्या चतुर पोलीस डिटेक्टिव्हची गरज नव्हती. पण त्यांनी जे शीर्षक निवडलं होतं, ते गूढ होतं. कुतूहल चाळवणारं होतं. त्यांच्या आजच्या व्याख्यानाचा विषय होता : *द सर्च फॉर द सोल! – आत्म्याचा शोध!*

'आत्मा' ही संकल्पना खरंतर आध्यात्मिक होती. पण तिचा वैज्ञानिक दृष्टिकोनातून बोसांनी विचार केला होता. ती संकल्पना आध्यात्मिक आणि म्हणून गहन किंवा अमूर्त नसून अतिशय व्यवहारी, प्रॅग्मॅटिक असल्याचं बोस यांचं म्हणणं होतं. माणसाचा आत्मा हा कुठंतरी आत चित्शक्तीशी किंवा आध्यात्मिक गुरू सांगतात त्या कुंडलिनीशी निगडित नसून तो मेंदूतच दडलेला असतो, असंच बोस सतत म्हणत असत. आज ते त्याला पुष्टी देणाऱ्या संशोधनाचीच माहिती देणार होते.

एक उच्च दर्जाचा आंतरराष्ट्रीय कीर्तीचा वैज्ञानिक म्हणून तर बोसांची ओळख जगाला होतीच. आज ना उद्या त्यांना नोबेल पुरस्काराचा सन्मान मिळेल याविषयी कोणालाच शंका नव्हती. खरंतर आजपर्यंत त्यांना तो कसा मिळाला नाही, याचंच आश्चर्य त्यांच्या संशोधनाची खरी ओळख ज्यांना झाली होती, त्यांना पडला होता. भारतातली काही मंडळी तर नेहमीप्रमाणं ते भारतीय असल्यामुळेच त्यांची उपेक्षा होत आहे, असा आरोपही नोबेल पुरस्कार निवड समितीवर करत असत.

पण बोसांचं आणखी एक वैशिष्ट्य होतं. आपल्या संशोधनासंबंधी ते कोणाशीही सहजगत्या संवाद साधू शकत असत. आपल्या समकक्ष असलेल्या विद्वानांशी त्यांनी संवाद साधणं, यात काहीच नवलाचं नव्हतं. विद्यार्थीही त्यांच्या शिकवण्यावर खूश असत. पण विज्ञानाशी ज्यांचा सुतरामही संबंध नाही, अशा सामान्यजनांनाही ते तो गहन विषय अतिशय सुबोध, प्रासादिक भाषेत समजावून सांगू शकत असत. त्यामुळे आजच्यासारख्या त्यांच्या जाहीर व्याख्यानाला नेहमीच गर्दी होत असे. त्यांच्या कीर्तीमुळे अमृतरावांसारखी मंडळी त्यांच्या व्याख्यानांना हजेरी लावत

असली, तरी त्यांनाही तास-दीड तास गुंगवून ठेवण्याचं कौशल्य बोसांनी साध्य केलं होतं. त्यातूनच मग मानवी मेंदूसारख्या अनाकलनीय वाटणाऱ्या विश्वाशीही सर्वसामान्य श्रोता समरस होत असे.

"चहा राहिला तरी हरकत नाही, कौशिक!" अमृतराव म्हणाले, "उशीर झाला तर मग बसायला जागा मिळणार नाही. तो हॉल तसा फार मोठा नाही."

"त्याची काळजी नको, अमृतराव! डेप्युटी कमिशनर साहेब येणार म्हटल्यानंतर आयोजकांनी जागा राखीव ठेवली नाही तरच नवल."

"पण त्यांना मी तसं कळवलंयच कुठं! मी काही ऑफिशियल स्टेटसमध्ये या व्याख्यानाला येत नाहीय."

"नसेल! पण त्यांना कुठूनतरी कुणकुण लागली बोवा. दुसऱ्या रांगेतल्या मध्यावरच्या सीट्स राखून ठेवल्या आहेत असं त्यांनी कळवलंय." आपला चेहरा निर्विकार ठेवत कौशिक म्हणाले.

अमृतराव समजले. हे सगळं यांचंच कारस्थान. कौशिकांनीच आयोजकांना आपण दोघं येत असल्याचं कळवलं असणार. त्यांचाही मग नाइलाज झाला असणार किंवा या व्याख्यानासाठी त्यांनी मागितलेला पोलीस बंदोबस्त तत्परतेनं दिला गेला म्हणून उपकृत झाल्यासारखी त्यांनी ही व्यवस्था केली असणार.

काहीही असो! आता उगीचच धावत-पळत जायला नको हे कळून अमृतराव नाही म्हटलं तरी सुखावले. एरवी त्यांना अशा काही सवलती घेणं मनापासून आवडत नसे. गायन किंवा नाटक यांसारखा तिकीट लावून केलेला कार्यक्रम असता, तर त्यांनी अशी खास सवलत नाकारलीच असती. स्वतः तिकीट काढून ते तिथं गेले असते आणि आपण कोण याचा आयोजकांना पत्ताही लागू दिला नसता. पण मग तशा कार्यक्रमांना कौशिकांनीही तिकीट काढूनच हजेरी लावली असती, हे अमृतरावही जाणून होते.

शांतपणे त्यांनी धोंडिबानं समोर आणून ठेवलेल्या चहाचा समाचार घ्यायला सुरुवात केली. पहिल्याच घोटात त्यांच्या चित्तवृत्ती बहरून आल्या. चहाबरोबर ठेवलेली बिस्किटंही आपण केव्हा खायला सुरुवात केली, हे अमृतरावांना समजलं नाही.

हॉलवर गर्दी उसळली होती. व्याख्यानाला सुरुवात व्हायला अजूनही दहा-पंधरा मिनिटं होती. आणि तरीही हॉल संपूर्ण भरला होता. आत जागा तर नव्हतीच, पण बाहेरची लॉबीही भरत आली होती. तिथं क्लोज सर्किट टीव्हीची व्यवस्था करून त्या लॉबीत उभं राहणाऱ्यांचीही सोय लावून देण्यात आली होती. बाहेरची दारं थोड्याच वेळात बंद करून आणखी लोक आत येणार नाहीत, याची व्यवस्था करावी लागणार होती.

अमृतरावांना पाहताच बंदोबस्ताचा चार्ज असणाऱ्या इन्स्पेक्टरनं कडक सॅल्यूट ठोकला. त्याच्या खांद्यावर थोपटत त्याला उत्तेजनपर दोन शब्द बोलत अमृतराव पुढे आले. तोवर कौशिकांना कोणीतरी ओळखीचं भेटलं होतं. ते त्याच्याशी गप्पा मारण्यात दंग झाले होते. गर्दीतून वाट काढत अमृतराव हळूहळू आपल्या सीटकडे गेले. सीट नंबर बघत तिथंच आपली सोय असल्याची खात्री करून घेत त्यांनी तिथं बैठक मारली. थोड्याच वेळात कौशिकही येऊन पोचले.

''मला वाटलं होतं, त्यापेक्षाही जास्त गर्दी आहे.'' उजव्या बाजूकडे झुकत अमृतराव कौशिकांच्या कानात म्हणाले.

''असणारच, अशी संधी वरचेवर थोडीच मिळते. तसा बोसांचा मुक्काम शहरात अजून तीन-चार आठवडे आहे. पण सार्वजनिक व्याख्यानाचा हा असा एकच कार्यक्रम आहे. उद्यापासून ते इन्स्टिट्युट ऑफ सायन्समध्ये एका व्याख्यानमालिकेत गुंतणार आहेत. ती व्याख्यानं अर्थात त्या विषयातल्या तज्ज्ञांसाठी आणि संशोधकांसाठीच आहेत.''

''मला या आजच्या विषयानंच ओढून आणलं आहे. आत्म्याचा शोध!''

''पण हा शोध तुम्ही नेहमी घेता, त्या शोधासारखा नाही हं!''

''नाही कसा? आमच्या शोधात समोर दिसत असूनही आपल्याला नेमकं कोण हवं आहे, हे समजत नसतं. त्यासाठी मग मिळणाऱ्या निरनिराळ्या दुव्यांचा मागोवा घेत इच्छित स्थळी आणि इच्छित व्यक्तीपर्यंत पोचावं लागतं. इथंही तोच प्रकार आहे. दुवे वेगळे, त्यांचं स्वरूप वेगळं आणि त्यांचा मागोवा घेण्याची पद्धत वेगळी. बाकी सारं तसंच तर आहे.'' कौशिकांना प्रथमच निरुत्तर करत अमृतराव म्हणाले. कौशिकांनीही मोकळेपणी त्यांना दाद दिली.

तेवढ्यात समोरच्या मंचावरचा माइक हातात घेत कोणीतरी बोलायला सुरुवात केली. आयोजकांपैकी कोणीतरी होतं.

''आम्ही केलेल्या आवाहनाला इतक्या मोठ्या संख्येनं प्रतिसाद देत आपण इथं उपस्थित झालात याबद्दल आपणा सर्व रसिकांचे मी आभार मानतो. आजच्या या व्याख्यानाचं अध्यक्षपद स्वीकारण्यासाठी डॉ. माजगावकर यांनी मंचावर येऊन आसनस्थ व्हावं, अशी मी त्यांना विनंती करतो.''

पुढच्या रांगेत बसलेले डॉ. माजगावकर शांतपणे उभे राहिले. आपल्या कोटाचं बटण लावत ते रंगमंचाकडे निघाले. मंचाच्या उजव्या बाजूला असलेल्या पायऱ्या चढून त्यांनी मंचावर पदार्पण केलं. आणि एकेक पाऊल मोजून टाकत ते मंचावर ठेवलेल्या एकमेव खुर्चीवर स्थानापन्न झाले.

तोवर अमृतरावांचं तिकडे लक्षच गेलं नव्हतं. रंगमंचावर एका छोटेखानी टेबलापाशी मांडलेल्या एकमेव खुर्चीकडे पाहून त्यांना आश्चर्यच वाटलं.

म्हणजे बोसांना बसायला खुर्चीच दिली जाणार नाही की काय? कबूल आहे, ते उभं राहूनच आपलं व्याख्यान देणार आहेत. पण म्हणून त्यांनी व्याख्यानाला सुरुवात करेपर्यंतही बसायचंच नाही की काय?

"डॉक्टर माजगावकरांची मी काय ओळख करून देणार आपल्याला?" तोच आयोजक परत बोलत होता. आपण आणखी एखादी खुर्ची ठेवायला विसरलो आहोत, याची जाणीव त्याला झालेली दिसली नाही. सर्व व्यवस्था आखल्याप्रमाणं असल्याचं समाधान त्याच्या चेहऱ्यावर पसरलेलं दिसत होतं. "देशाला ललामभूत असलेल्या इन्स्टिट्युट ऑफ सायन्सचे ते संचालक आहेत, हे आपण सर्व जण जाणताच. आजच्या आपल्या प्रमुख वक्त्यांच्या या शहरातल्या वास्तव्यात ते त्यांचे यजमानही आहेत. डॉक्टरसाहेबांच्या सौजन्यानंच आपल्याला या व्याख्यानाचा लाभ मिळत आहे. आपण सर्व जण मुख्य कार्यक्रमाच्या आरंभाची आतुरतेनं वाट पाहत आहात. तेव्हा यापुढची सारी सूत्रं डॉ. माजगावकरांच्या हातात सोपवत मी आपली रजा घेतो."

"मंचावर एकच खुर्ची कशी काय?" परत एकदा उजवीकडे झुकत अमृतराव कौशिकांच्या कानात कुजबुजले. "प्राध्यापक अमर बोसांसाठी कुठं आहे आसन?"

समोर लावलेली आपली नजर न काढता कौशिक म्हणाले, "थोडा वेळ थांबा. सारा उलगडा होईल तुम्हाला."

"मित्रहो," धीरगंभीर आवाजात माजगावकर म्हणाले. "आज तुम्ही सारे जण माझ्यासाठी नाहीतर प्राध्यापक अमर बोसांसाठी इथं जमले आहात, याची जाणीव मला आहे. तुमच्याइतकाच मीही त्यांच्या 'आत्म्याच्या शोधा'ची कहाणी ऐकायला उत्सुक आहे. तेव्हा आता उगीचच वेळ न दवडता आयोजकांनी प्राध्यापक अमर बोसांना मंचावर आणावं अशी मी त्यांना विनंती करतो."

हॉलबाहेरची लॉबी खचाखच भरलेली असूनही सर्वत्र नीरव शांतता पसरली. कुजबुजण्याचाही आवाज कुठं ऐकू येत नव्हता.

इतक्यात मंचाच्या उजवीकडे असलेल्या विंगेतून एक चाकाची खुर्ची ढकलत एक मध्यमवयाची स्त्री पुढे आली. या वयातही आपलं खानदानी सौंदर्य राखून असलेल्या त्या स्त्रीनं साधाच पण उच्च अभिरुचीचं निदर्शक असलेला पोशाख घातला होता. सलवार कुडता आणि त्यावर घेतलेली साधी ओढणी. तिचं लक्ष त्या खुर्चीकडेच होतं.

त्या खुर्चीवर एक व्यक्ती पहुडली होती. व्यक्ती कसली! एक शरीर कलंडलेल्या अवस्थेत वेडंवाकडे पसरलेलं होतं. डाव्या बाजूला कलंडलेली मान खुर्चीच्या पाठीवर टेकलेली होती. ती उचलण्याची शक्ती त्या शरीरात होती, असं वाटत नव्हतं. सुरकुतलेलं, जवळजवळ काडीसारखे झालेले हातपाय, फिकुटलेला चेहरा,

मागे वळवलेले विरळ होत चाललेले केस. संपूर्ण शरीरात चैतन्याचा अभावच दिसत होता. अमृतरावांना बोलक्या बाहुल्याची आठवण झाली. त्या कलाकाराच्या हातात राहून तो बोलत असे तोवर त्या बाहुल्यात जीव असल्यासारखं वाटत असे. पण तोच वापरात नसताना बाजूला काढून ठेवलेला असला की निर्जीव वाटत असे. त्याची वेषभूषा कायम असूनही तो केवळ एक निर्जीव पुतळा आहे, हे स्पष्ट होत असे. त्या खुर्चीतही असाच एखादा बोलका बाहुला ठेवलेला आहे की काय, असं अमृतरावांना वाटून गेलं. नाही म्हणायला डोळ्यांमध्ये थोडी चमक दिसत होती. बाकी सारं शरीर लुळंच पडलेलं होतं. कशाचीही हालचाल होत नव्हती.

अमृतरावांप्रमाणं सगळ्याच श्रोत्यांची स्थिती काहीशी अशीच झाली होती. समोर जे काही दिसत होतं त्यानं त्यांना धक्का बसला होता. त्यांची वाचाच गेली होती. ती खुर्ची अर्धा रंगमंच ओलांडत पुढे आलीतरी सर्वत्र शांतता होती. तोवर माजगावकरांनी उभं राहत म्हटलं,

"वेलकम, प्रोफेसर बोस!"

आणि टाळ्या वाजवत त्यांनी प्राध्यापकांचं स्वागत करायला सुरुवात केली. तेव्हा कुठं सगळ्यांना आपण ज्यांची आतुरतेनं वाट पाहत होतो ते प्राध्यापक अमर बोस तिथं आल्याची जाणीव झाली. पुढच्या क्षणी सगळं सभागृह उठून उभं राहिलं. टाळ्यांचा गजर झाला. नेहमीच्या उपचाराप्रमाणं एक तरुण मुलगी एक भलामोठा पुष्पगुच्छ घेऊन पुढे झाली. बोसांजवळ पोचली आणि अवघडल्यासारखी उभी राहिली. त्या गुच्छाचं काय करावं हे तिला समजेना. तो कोणाच्या हातात द्यावा हे तिला कळेना. देवळात गेल्यावर मूर्तीच्या पायाशी आपण फुलांची करंडी ठेवतो तसंच काहीसं करावं असं तिला वाटू लागलं. तसं करण्यासाठी ती थोडीशी वाकलीही. तेवढ्यात ती खुर्ची चालवणाऱ्या त्या स्त्रीनं हसतमुखानं तो गुच्छ आपल्या हातात घेतला. आणि तीच म्हणाली, "थँक यू व्हेरी मच!"

कठीण प्रसंगातून सुटका झाल्यासारखी ती मुलगी तिथून झपाट्यानं नाहीशा झाली.

त्या चाकाच्या खुर्चीला ब्रेक लावत त्या स्त्रीनं ती एका ठिकाणी उभी केली. ती हालत नाही याची खात्री करून घेतली. आणि मग तेवढ्यात कोणीतरी आणून ठेवलेली खुर्ची मंचाच्या एका बाजूला नेत ती तिथं बसली.

"मिसेस बोस." कौशिक अमृतरावांच्या दिशेनं हळूच पुटपुटले. अमृतरावांचं तिकडे लक्ष होतं की काय हे समजत नव्हतं. ते दिङ्मूढ झाल्यासारखे त्या चाकाच्या खुर्चीकडेच पाहत होते. त्या खुर्चीच्या पुढच्या बाजूला एक आडवी फळी लावलेली होती. लहान मुलांच्या खुर्चीला ती पडू नयेत म्हणून लावतात तशी. पण ही थोडी तिरपी होती. त्यामुळे त्या फळीची वरची बाजू दिसत नव्हती. ती केवळ त्या खुर्चीत बसलेल्या बोसांनाच दिसत होती.

हे प्राध्यापक बोस? आंतरराष्ट्रीय ख्यातीचे संशोधक, विद्वान? चेतासंस्थेसंबंधी अखेरचा शब्द ज्यांचा असतो असं म्हणतात, ती ही चैतन्यहीन बाहुली? ज्याच्या शरीरात चेतनेची जराशीही खूण दिसत नाही त्यांच्याकडून आज आपण चेतासंस्थेची, आत्म्याची ओळख करून घेणार आहोत? ज्याला आपला हातही हलवता येत नाही अशी ही व्यक्ती, असं हे हे जे काही आहे ते, उच्च कोटीचं संशोधन करतं?

अमृतरावांना आपण जागे आहोत की स्वप्न पाहत आहोत हेच समजेनासं झालं होतं.

"गुड इव्हिनिंग, लेडीज ॲन्ड जन्टलमेन!" सभागृहात एक आवाज पसरला. थोडासा अनुनासिक. धातूमय. मेटॅलिक. बोलक्या बाहुल्याच्या तोंडातून येतो तसा थोडाफार कृत्रिम वाटणारा. तो आवाज त्या बाहुल्याचा नसला तरी तो येताना त्याचं तोंड नक्कीच हलत असतं. इथं बोसांचं तोंड हलताना दिसत नव्हतं. आणि तरीही आवाज त्यांच्याकडूनच येत असल्यासारखा वाटत होता. "टुडे वुइ आर ऑल गोइंग टुगेदर ऑन ए फॅसिनेटिंग जर्नी. आपण सगळे जण मिळून एका अनोख्या प्रवासाला जाणार आहोत. आत्म्याच्या शोधाचा प्रवास."

तोच अनुनासिक, मेटॅलिक, कृत्रिम वाटणारा आवाज. पण वाणी स्वच्छ. शब्दोच्चार स्पष्ट. शब्दांची निवड चपखल. अर्थपूर्ण. विचारांची अभिव्यक्ती कोणताही संदेह न ठेवता करणारे शब्द. आवाज जरी अमानवी वाटला तरी त्यातले आरोह-अवरोह संपूर्ण मानवी. कोणत्या शब्दांवर जोर द्यायचा, कोणते हलकेच उच्चारल्या न उच्चारल्यासारखे हवेत सोडून द्यायचे, हे विचारपूर्वक ठरवल्यासारखा तो ओघवता प्रवाह सुरू झाला.

"आपल्या जीवनाचं कोडं ज्यांनी सोडवलं, आपल्या जीवनाचं रहस्य ज्यात साठवलेलं असतं, त्या डीएनए (डिऑक्सिरायबोन्युक्लिक ॲसिड)च्या रेणूच्या अंतर्गत रचनेचं गूढ उलगडून ज्यांनी आपली जीवनशैलीच बदलून टाकली त्या जेम्स वॉटसन आणि फ्रॅन्सिस क्रिक या दुक्कलीपैकी क्रिक यांनी आपल्या उत्तर आयुष्यात चेतासंस्थेच्या अध्ययनालाच वाहून घेतलं होतं. त्यांनीच आपल्या 'अ फॅसिनेटिंग हायपॉथिसिस' या ग्रंथात म्हटलं आहे की, मेंदूच्या कार्यपद्धतीचा वेध घेणं म्हणजे आत्म्याचा शोध घेण्यासारखंच आहे. त्यांची ही भविष्यवाणी किती द्रष्टेपणाची होती, याचा अनुभव मी गेली कित्येक वर्षं घेत आहे."

कृत्रिम असूनही त्या आवाजाची एक विलक्षण मोहिनी प्रत्येकावर पडत होती. प्रत्येक जण भारावून गेल्यासारखा, संमोहित झाल्यासारखा, तो आवाज ऐकत होता. त्यातला शब्दन्‌शब्द मनात साठवून ठेवण्याचा प्रयत्न करत होता. समुद्रातल्या लाटांवर विहरत त्या लाटा नेतील तिकडं जावं, असा सगळा श्रोतृवृंद त्या ओघवत्या वाणीच्या प्रवाहाबरोबर चालला होता.

"तर हा आहे आजवर मला, साऱ्या वैज्ञानिक जगताला लागलेला 'आत्मा' या शब्दाचा अर्थ. ज्या वेळी हा शब्द प्रथम चलनात आणला गेला त्या वेळीही त्याचा हाच अर्थ होता, याविषयी आमच्या मनात शंका नाही. आपला मेंदू, आपली चेतासंस्था म्हणजेच आपलं स्वत्व आहे. तो आहे म्हणून आपलं अस्तित्व आहे. शरीर हे केवळ या चेतासंस्थेला आपलं काम व्यवस्थित करता यावं म्हणून निसर्गानं बनवलेली आधार संस्था – सपोर्ट सिस्टीम आहे. कोणतंही काम करायचं, तर त्यासाठी ऊर्जा लागते. भौतिकशास्त्राचा तो पहिला नियम आहे. मेंदूला आपलं काम करता यावं म्हणून शरीराची निर्मिती केली गेली आहे. आता आपला मेंदू या शरीराचंही नियंत्रण करतो हे मान्य. पण अशा कितीतरी यांत्रिक, इलेक्ट्रॉनिक यंत्रणा आहेत की जिथं अशा प्रकारचा पॉझिटिव्ह फीडबॅक काम करत असतो. तसं करता-करता तो मूळ यंत्रणेची कार्यक्षमता वाढवीतच असतो. मेंदू आणि शरीर यांचं नातंही असंच आहे. म्हणून मेंदूचं मुख्य काम हे शरीराचं नियंत्रण करण्याचं नाही. ते विचार करण्याचं आहे; मूलभूत विचार करण्याचं, या विश्वाचं रहस्य जाणून घेण्याचं. या विश्वात आपलं नेमकं कोणतं स्थान आहे, याचा वेध घेण्याचं आणि त्यायोगे या विश्वाला अधिक समृद्ध, अधिक संपन्न करण्याचं आहे. ते साध्य करण्याकडे आपण अधिक लक्ष द्यायला हवं. शरीराचे जास्त चोचले करण्यात काय अर्थ असतो? शरीराचं नियंत्रण करण्याच्या कामातून मेंदूला आपण जेवढं मोकळं ठेवू तेवढा तो आपलं खरंखुरं काम करायला अधिक उद्युक्त होईल. पण आपणापैकी बहुतेक ते करत नाहीत. शरीराच्या गाड्यालाच आपण मेंदूला जुंपत राहतो. म्हणून मग आपल्याला आत्म्याचा शोध घेण्यात अडचणी येतात. मला भावलेला हा आत्म्याचा अर्थ तुम्हालाही भावला, तर माझ्या या आजच्या तुमच्याशी साधलेल्या संवादाचं सार्थक झालं, अशीच माझी भावना असेल. थँक्यू व्हेरी मच!"

आणि तो आवाज थांबला. गेला तास सव्वा तास अथक चाललेला तो आवाज थांबला. सर्वत्र शांतता पसरली. तो आवाज थांबलाय याची जाणीव कोणालाही त्या क्षणी झाली नाही. त्या आवाजानं घातलेल्या मोहिनीतून बाहेर पडून ती जाणीव होईपर्यंत काही क्षण गेले होते. ती जाणीव होताच मात्र तो श्रोतृवृंद परत एकदा उभा राहिला. टाळ्यांचा कडकडाट झाला. उभं राहून त्या आवाजापाठच्या विद्वत्तेला सर्वांनी मानवंदना दिली.

डॉ. माजगावकर उभे राहिले.

"मित्रहो, मला आपल्या सर्वांच्या भावना समजल्या आहेत. कारण माझीही भावना वेगळी नाही. सामान्यत: अशा व्याख्यानानंतर अध्यक्षांनी समारोप करत त्या व्याख्यानावर आस्वादक भाष्य करावं, अशी अपेक्षा असते. पण आजचा प्रसंग वेगळा आहे. असं भाष्य करायला मी असमर्थ आहे, असं माझं अंतर्मन मला सांगत

आहे. परंतु त्याहीपेक्षा महत्त्वाची बाब ही आहे की आताच आपण एका अत्युत्तम मेजवानीचा आस्वाद घेतला आहे. मुखशुद्धी देण्याच्या निमित्तानं त्या मेजवानीच्या रेंगाळलेल्या सुखद चवीत मी बिब्बा घालण्याचं औद्धत्य करू इच्छित नाही. तुम्हा सर्वांच्या वतीनं आणि माझ्याही वतीनं मी प्राध्यापक अमर बोस यांना अभिवादन मात्र जरूर करू इच्छितो. आपण परत एकदा त्यांच्या प्रती असलेल्या आपल्या कृतज्ञतेच्या भावना प्रकट कराव्यात अशी माझी आपल्याला विनंती आहे.''

परत एकदा उभं राहून समस्त सभागृहानं टाळ्यांचा कडकडाट केला. खुर्चीत बसलेल्या अमर बोसांच्या चेहऱ्यावरची सुरकुतीही हलली नाही. त्यांचं परत एकदा त्या निर्जीव बाहुल्यात रूपांतर झालं होतं. व्याख्यान देत असतानाच काय ते त्या देहात चैतन्य आलं होतं, असं अमृतरावांना वाटल्यावाचून राहिलं नाही.

''मला अजूनही त्याचं आश्चर्यच वाटतं आहे.'' लेमन सुफ्लेचा एक घास तोंडात टाकत अमृतराव म्हणाले. व्याख्यानावरून परतताना ते आपल्याच तंद्रीत होते. कौशिकांशी एक शब्दही ते बोलले नाहीत. 'आता उशीर झालाय तर जेवूनच जा!' असं कौशिक म्हणाले, त्यावरही त्यांनी काहीच प्रतिक्रिया व्यक्त केली नाही. त्यांचं मौन म्हणजेच त्यांची संमती असं समजून कौशिकांनी आपल्या मोबाइल फोनवरून धोंडिबाला अमृतरावही जेवायला थांबणार असल्याची सूचना दिली तरीही ते गप्पच होते. कसल्यातरी गहन विचारात गढून गेल्यासारखी त्यांची मुद्रा होती. आजवर कौशिक अशा विचारचक्रात गुरफटून जात आणि त्यांच्याकडे नुसतं पाहत राहण्याखेरीज अमृतराव काहीच करू शकत नसत. पण त्या वेळी कौशिकांचा पाइप धडाडून पेटलेला असे आणि त्यातून धुराची वेटोळीच्या वेटोळी बाहेर पडत असत. त्या तंबाखूचा सुगंध अमृतरावांच्या नाकाला गुदगुल्या करत असे. पण त्या तंद्रीतून कौशिक बाहेर पडेपर्यंत अमृतराव मात्र अस्वस्थ असत. खोलीत असले तर ते येरझाऱ्या घालत राहत. पण असे गाडीत असले तर मात्र जागच्या जागी चुळबुळत कधी डावा पाय उजव्या पायावर तर कधी उजवा पाय डाव्या पायावर असं पायांचं सव्यापसव्य करत राहत.

आज परिस्थिती उलटली होती. अमृतराव तसे विचाराच्या तंद्रीत स्वत:ला हरवून बसले होते. पण कौशिक अस्वस्थ नव्हते. ते गमतीनं अमृतरावांची ती लागलेली समाधी पाहत होते. एन्जॉय करत होते. अमृतरावांच्या त्या हरवून जाण्याचं इंगित त्यांनी जाणलं होतं. म्हणून घरी आल्याबरोबर त्यांनी आपल्या सीडींच्या संग्रहात डोकं खुपसून आपल्याला हवी ती सीडी काढून सीडी प्लेअरमध्ये सरकवूनही ठेवली होती.

जेवणाच्या टेबलावर बसल्यानंतरही अमृतरावांच्या विचारमालिकेत खंड पडला नव्हता. मुकाट्यानंच त्यांनी जेवण घेतलं. मात्र विचारात अडकूनही त्यांनी जेवण

व्यवस्थित आणि चवीनं घेतलं होतं. धोंडिबाच्या हातचा स्वयंपाक त्यांना नेहमीच आवडत असे. मुख्य जेवण आटोपून डेझर्ट खायला सुरुवात केल्यानंतर मात्र अमृतराव एकदम जागे झाल्यासारखे झाले आणि त्यांनी आपल्या भावना व्यक्त करायला सुरुवात केली.

"कशाचं आश्चर्य वाटतं आहे तुम्हाला एवढं?" वास्तविक कौशिकांनी ते ओळखलं होतं. पण आपण त्यांच्या या विचित्र वागणुकीनं गोंधळून गेलो आहोत, असं नाटक वठवायला मात्र त्यांनी कमी केलं नाही.

"सगळ्याचंच! माणूस एवढा गलितगात्र होऊनही एवढा सखोल विचार कसा करू शकतो? आपलं बोटही ज्याला उचलता येत नाही तो माणूस एवढं उच्च कोटीचं संशोधन कसं काय करू शकतो? आणि हो तो आवाज! तो तर कृत्रिम होता, हे स्पष्ट होतं. तो कुठून येत होता? विचार प्राध्यापकांच्या मनातले, त्यांच्याच भाषेत सांगायचं तर त्यांच्या मेंदूतले पण त्यांची अभिव्यक्ती मात्र कोणत्यातरी यंत्रांकरवी होत होती. तीही कुठंही वावगा शब्द न वापरला जाता. हे कसं काय होत होतं?"

"म्हणजे अमृतराव तुमचं सारं लक्ष त्या यांत्रिक करामतीकडेच लागलं होतं तर! म्हणजे एवढं तास-दीड तास बोसांनी सुबोध रसाळ निरूपण केलं, त्याचा स्पर्शही झाला नाही तुम्हाला!"

"तसं मुळीच नाही. त्यांचा मुख्य मुद्दा मला समजला. त्यांचा सिद्धान्त ध्यानात आला. तो सगळाच समजला असं नाही म्हणायचं मला. पण त्यात दोष त्यांचा नाही. त्यांनी आपल्या परीनं पराकाष्ठा केली. मीच कुठंतरी कमी पडलो म्हणून तो साराच तपशील काही डोक्यात शिरला नाही. पण त्यामुळे काही फरक पडत नाही. माणसाचा आत्मा त्याच्या मेंदूतच आहे. किंबहुना ही चेतासंस्था म्हणजेच आत्मा आहे आणि शरीर हे केवळ त्या आत्म्याला आपलं काम बिनबोभाट करता यावं, खरंतर अधिक कार्यक्षमतेनं करता यावं म्हणून केलेली आधार व्यवस्था – सपोर्ट सिस्टीम आहे हाच त्यांचा कळीचा मुद्दा होता ना? तो व्यवस्थित समजला मला. तरीही त्यांच्या त्या विकलांग अवस्थेकडे, त्या धातूमय आवाजाकडे लक्ष जाणं स्वाभाविकच होतं. एकाच जागी अचेतन अवस्थेत पडून राहिल्यावरही इतके सुस्पष्ट विचार मांडणं कसं शक्य आहे? अहो आपण नुसती पाठ धरली तरी अस्वस्थ होतो. क्षणाक्षणाला उठणाऱ्या कळीमुळे साधारण संभाषण करणंही मुश्कील होऊन बसतं. मग कळीचा मुद्दा काय डोंबल समजून देणार इतरांना?"

"पण आपलाच सिद्धान्त स्वतःच्या कृतीतून त्यांनी सिद्ध करून दाखवलाय असं नाही तुम्हाला वाटत? आपल्या सिद्धान्ताचं ते स्वतःच एक ज्वलंत उदाहरण आहेत, असं नाही तुम्हाला वाटत?"

"मी नाही समजलो."

"ते काय म्हणत होते की चेतासंस्थाच सर्वांत महत्त्वाची आहे. निदान माणसाच्या बाबतीत तरी. बाकीचं शरीर हे केवळ त्या मेंदूला ऊर्जा पुरवण्याचं एक साधन आहे. त्यांच्या स्वत:च्या बाबतीत हेच खरं असल्याचं दिसत नाही का आपल्याला? तुम्हीच म्हणालात की त्यांचं शरीर म्हणजे एक अचेतन गोळाच वाटतो. खरंही आहे ते. त्यांचे सगळे स्नायू काहीच काम करत नसल्यानं गळाठून गेले आहेत. मेडिकल टर्मिनॉलॉजीमध्ये तर त्यांना वेस्टिंग असंच म्हणतात. नुसताच पालापाचोळा. तरीही त्यांचा मेंदू तल्लख आहे. एकाहून एक गहन समस्यांचं समाधान शोधतो आहे, नवनवीन विचार जगाला देतो आहे. विचारांच्या नव्या बैठकांची पायाभरणी करतो आहे."

"आहे, तुमच्या म्हणण्यात नक्कीच तथ्य आहे. पण कशामुळे झाली त्यांची ही अवस्था? की जन्मल्यापासूनच ही अशी स्थिती राहिली आहे?"

"नाही. जन्मत: अशी स्थिती नव्हती. पण त्याची सुरुवात कदाचित जन्मापासूनच झाली असावी. ती प्रकटपणे जाणवायला लागली मात्र साधारण वयाच्या विसाव्या वर्षापासून. आपल्या व्याधीबद्दल, ती कशी-कशी वाढत गेली, तिच्याविषयीच्या आपल्या काय भावना आहेत, हे सारं त्यांच्या शब्दांतच ऐकायचं आहे का तुम्हाला?"

"त्यांच्या शब्दांत? कसं शक्य आहे ते? त्यांनाच जाऊन कसं विचारायचं ते?"

"आपण विचारायची गरज नाही. एका टीव्ही चॅनलनं त्यांची एक मुलाखतच घेतली होती या बाबतीत. माझ्याकडे तिचं रेकॉर्डिंग आहे. पाहणार आहात ती मुलाखत?"

"जरूर. तोही एक वेगळा अनुभव असेल. आजच्या या व्याख्यानासारखा. पण काही म्हणा कौशिक, माणूस जिद्दी खरा. इतर कोणी असता तर केव्हाच हार मानून बसला असता. स्वत:च्या दैवाला दोष देत इतरांची सहानुभूती मिळवण्याचा प्रयत्न करत बसला असता. नाहीतर जीव देऊन मोकळा झाला असता. पण नाही. त्या असाध्य व्याधीला न जुमानता, तिला वाकुल्या दाखवतच आपल्या प्रतिभेचे नित्यनूतन आविष्कार दाखवतो आहे गडी."

"ते आहेच. पण मला त्यांच्या पत्नीचंही तेवढंच किंवा त्याहून जास्त कौतुक वाटतं. शर्मिला बोस याही त्याच ताकदीच्या वैज्ञानिक होत्या. सुरुवातीच्या काळातले त्यांचे पेपर्सही अमर बोसांच्या पेपर्सइतकेच उच्च दर्जाचे होते. पण अमर बोसांच्या व्याधीनं अधिक उग्र स्वरूप घ्यायला सुरुवात केली, त्याच सुमारास त्यांना मुलंही झाली. तेव्हा मग त्यांनी निर्धारानं आपल्या करिअरकडे पाठ फिरवत फक्त आपल्या पतीची सेवा करत त्याला आपल्या विद्वत्तेचे विभ्रम दाखवायला पूर्ण मोकळीक

मिळेल याकडेच सारं लक्ष केंद्रित केलं. आज त्यांचं शरीर त्यांच्या मेंदूला ऊर्जा पुरवतं आहे कारण त्याची संपूर्ण देखभाल शर्मिला बोस करत आहेत. त्याचं श्रेय त्यांना क्वचित दिलं जातं. त्यांच्याकडे कोणी लक्षही देत नाही. अशा एखाद्या व्याख्यानानंतर अमर बोसांना चाहत्यांचा गराडा पडतो. त्या वेळी त्यापासून थोडं दूर त्या एकट्याच बसून राहतात. त्या घोळक्यातून त्यांची सुटका झाली किंवा एखादं औषध घ्यायची वेळ झाली की मगच त्या पुढे सरसावतात. कित्येक जण तर त्यांना ओळखतही नाहीत. त्या म्हणजे कोणीतरी नर्स असावी, नोकर असावी अशीच सगळ्यांची समजूत होते.''

अमृतरावांना शर्मिला बोसांची माहिती देता-देता कौशिकांनी टीव्हीचा आणि डीव्हीडी प्लेअरचा रिमोट हातात घेतला होता. आणि आधीच त्या प्लेअरमध्ये घालून ठेवलेली सीडी त्यांनी चालूही केली होती.

टीव्हीच्या पडद्यावर फक्त एक चाकाची रिकामी खुर्ची होती. तीच खुर्ची, संध्याकाळी व्याख्यानाच्या वेळी अमृतरावांनी आणि कौशिकांनी पाहिलेली. आणि बघता-बघता त्या खुर्चीत एक शरीर येऊन विसावलं. खुर्चीच्या पाठीवर त्या शरीरावरची कलंडलेली मान विसावली. प्राध्यापक अमर बोसांचा हसरा चेहरा दिसू लागला. फोटोग्राफरनं आणि ट्रिक आर्टिस्टनं अशा खुबीनं हे सारं केलं होतं की, जणू त्या खुर्चीचंच रूपांतर त्या व्यक्तीत झालं होतं. जणू ती खुर्ची आणि ती व्यक्ती वेगवेगळ्या नव्हत्याच. त्या एकरूप होऊन गेल्या होत्या. एकजीव होऊन गेल्या होत्या.

''मला नेहमी विचारलं जातं की, मला ही एएलसची व्याधी जडली आहे तिच्याबद्दल काय वाटतं?'' मगाशी सभागृहात ऐकलेला तोच धातूमय आवाज आता टीव्हीमधून ऐकू येत होता. पडद्यावर आता क्लोजअप असल्यामुळे बोसांचा चेहरा जवळून पाहता येत होता. त्यांचे ओठ हलत नव्हते. चेहऱ्यावर कोणतेही हावभाव नव्हते. चेहरा निर्विकार होता. तेच स्मित जणू कायमचं चिकटवल्याप्रमाणं त्या चेहऱ्यावर दिसत होतं. आणि तरीही त्या आवाजातून व्यक्त होणाऱ्या वाक्यांमध्ये भावना होत्या. त्या आवाजातून, त्याच्या आरोह-अवरोहांमधून निरनिराळे भाव स्पष्टपणे प्रकट होत होते. ऐकणाऱ्याला जाणवत होते.

अमृतराव आपल्या खुर्चीत जरा पुढे सरकून बसले. एकाग्रतेनं ऐकू लागले.

''खरं सांगायचं तर मला त्याचं फारसं काही वाटत नाही. मी माझं नेहमीचं आयुष्य जगण्याचा प्रयत्न करतो. मी माझ्या व्याधीकडे फारसं लक्ष देत नाही. तिच्या संबंधी विचार करण्यात वेळ घालवत नाही. ती जडल्यामुळे कोणकोणत्या गोष्टी मला करता येत नाहीत याचीही तमा मी बाळगत नाही. कारण त्या गोष्टींना माझ्या दृष्टीनं काहीच महत्त्व नाही. जे मला करावंसं वाटतं, ते करता आलं नाहीतर मला

हताश झाल्यासारखं वाटेल. ते सर्वकाही करण्यात माझ्या शरीराला जडलेली ही व्याधी कधीच आड येत नाही.

मला मोटर न्युरॉन डिसीज झाला आहे, असं निदान जेव्हा डॉक्टरांनी केलं तेव्हा मला धक्का बसला होता. प्रांजळपणे ते मला कबूल करायलाच हवं. तसं पाहिलं तर लहानपणापासूनच मला माझ्या शरीराच्या सहज आणि सुबक हालचाली कधीच करता आल्या नाहीत. वेंधळ्या किंवा क्लम्झी माणसाप्रमाणं मी नेहमीच धडपडत आलोय. मला कोणतेही मैदानी खेळ खेळणं जमलं नाही. आणि माझं हस्ताक्षर म्हणजे तर दिव्यच होतं. माझ्या शिक्षकांनी त्यापुढे नेहमीच हार खाल्ली होती. पण मग त्याच सुमारास माझ्या वडिलांनी अमेरिकेत जाण्याचा निर्णय घेतला आणि माझं शिक्षण तिथं सुरू झालं. तिथल्या शाळांमध्ये हस्ताक्षराकडे फारसं लक्ष कोणीच देत नाही. कारण काही महत्त्वाचं लिहायचं झालंच तर संगणकाचा उपयोग करता येतो. तसंच कॅल्क्युलेटरचाही वापर सर्रास केला जातो. त्यामुळे अंकगणित, खरंतर एकंदर गणिताकडेच तिथल्या शाळांमध्ये फारसं लक्ष दिलं जात नाही. त्यामुळे माझ्या हस्ताक्षरापायी माझं नुकसान झालं नाही. उलट माझ्या गणितातल्या प्रगतीमुळे माझी गणना हुशार मुलांमध्ये होऊ लागली. आणि शालेय शिक्षण व्यवस्थित पार पडून मी विद्यापीठात दाखल झालो.

माझ्या विद्यापीठाच्या आवारातूनच एक छोटेखानी नदी वाहते. त्यामुळे तिथं नौकानयनाकडे एक खेळ म्हणून पाहिलं जात असे. रोईंग किंवा संघटितरीत्या केलेलं काक्सिंग यांसारख्या खेळांमध्ये आमचा संघ नेहमीच आघाडीवर असे. म्हणून मग मीही ते करायला सुरुवात केली. आणि ते मला बऱ्यापैकी साध्य झालं. ते करतानाही स्नायूंच्या सुसूत्र हालचाली कराव्या लागत. त्या मला कशा जमत होत्या हे नाही सांगता यायचं. पण मी त्या करत असे हे नक्की.

पण त्यानंतर हे अधिकाधिक कठीण होत गेलं. मी खूपच धडपडू लागलो. काही कारण नसताना वरचेवर पडू लागलो. माझ्या एकविसाव्या वाढदिवसाच्या आसपास माझ्या वडिलांच्या नजरेत ही गोष्ट भरली. त्यांनी ताबडतोब मला डॉक्टरकडे नेलं. तेही चक्रावून गेले. त्यांनी मला अनेक टेस्ट्स करायला लावल्या. तुम्हा-आम्हाला सर्वांना माहिती असलेल्या टेस्ट्स तर झाल्याच. पण माझ्या दंडामधल्या स्नायूचा एक नमुना काढून घेण्यात आला. निरनिराळे इलेक्ट्रोड्स माझ्या अंगात निरनिराळ्या ठिकाणी खुपसले गेले. माझ्या मणक्यात एक द्रवपदार्थ टोचून तो वर-खाली कसा खेळत राहतो याचं क्ष-किरणांच्या माध्यमातून निरीक्षण करण्यात आलं. त्यासाठी माझा पलंग वरखाली झोपाळ्यासारखा हलवण्यात आला. काही म्हणता काही बाकी ठेवलं गेलं नाही. आणि एवढं करूनही डॉक्टर होते तिथंच होते. फक्त मला मल्टिपल स्क्लेरॉसिस झालेला नाही एवढंच ते सांगू शकत होते. पण काय

झालंय असं विचारलं की, त्यांची दातखीळ बसत असे. माझी केस जगावेगळी आहे, त्यांच्या भाषेत सांगायचं तर एटिपिकल आहे एवढंच ते ठामपणे सांगू शकत होते. म्हणजेच काहीही नक्की सांगू शकत नव्हते. या साऱ्या गोंधळातून एक गोष्ट स्पष्ट झाली. मला एक असाध्य रोग झाला होता. त्यावर कोणतंही औषध नव्हतं. तरीही डॉक्टरांनी औषधांचा एक मोठा बटवाच माझ्यासाठी प्रिस्क्राइब केला. त्यात बहुतांशी व्हिटॅमिन आणि टॉनिक होती. त्यांचा फारसा उपयोग होईल असा डॉक्टरांनाही विश्वास वाटत नव्हता. माझ्या आयुष्याची दोरी किती बळकट आहे किंवा खरंतर किती कमकुवत आहे हेही त्यांना सांगता येत नव्हतं. मी फार काळ जगणार नाही यावर मात्र ते ठाम होते. त्या साऱ्या दिव्यातून मी बाहेर पडलो तो अधिकच खचून गेलो. माझ्या माथीच ही स्थिती का यावी, असा सवाल मी एकसारखा करत राही. कशात काही उत्साह वाटण्यासारखी परिस्थिती नव्हती. मी नशिबाला दोष देत सतत कुढत राहिलो असतो. पण मला त्यातून वाचवलं, ते माझ्याहीपेक्षा एका लहान मुलानं.

या सगळ्या टेस्ट्स करण्यासाठी मला एका इस्पितळात भरती व्हावं लागलं होतं. माझ्या समोरच्या कॉटवर एक दहा वर्षांचा मुलगा होता. त्याला ल्युकेमिया झाला होता आणि त्याच्या जगण्याची आशा सर्वांनीच सोडली होती. फक्त तो मुलगा तेवढा आनंदी असे. त्याला मिळणाऱ्या प्रत्येक गोष्टीमध्ये तो रस घेत असे. मग ते पुस्तक असो, एखादं खेळणं असो, आइस्क्रीमचा कोन असो की कॉम्प्युटर गेम असो. कदाचित त्याला आपल्या स्थितीची पुरेशी जाणीव झालेली नसावी किंवा ती होण्याइतकीही त्याची मानसिक वाढ झालेली नसावी. काहीही असो. त्याच्याकडे पाहिलं की मला वाटे माझ्यापेक्षाही अधिक दुर्दैवी जीव या जगात आहेत. मग मलाच कुढत राहण्याचा काय अधिकार आहे? आणि रोज रात्री झोपताना उद्याचा दिवस आपण पाहू की नाही याची खात्री नसतानाही तो मुलगा प्रत्येक दिवसात आनंद शोधत आहे, तर मलाही तसंच का नाही वागता येणार?

मी डॉक्टरांना विचारलं की, मी परत माझ्या प्रयोगशाळेत जाऊन माझं काम करू शकतो का. त्यांनी मोठ्या उत्साहानं त्याला होकार दिला. नाहीतरी ते काहीच करू शकत नव्हते. निदान प्रयोगशाळेत रमून जाताना माझ्या मनात सतत तेच-तेच निराशाजनक विचार येणार नाहीत, असं त्यांना वाटलं असावं.

मी परत कामाला लागलो. याच सुमारास माझी आणि शर्मिलाची ओळख झाली. आम्ही दोघं एकमेकांना आवडू लागलो. मला जडलेल्या असाध्य रोगाची आणि माझ्या आयुष्याची दोरी केव्हाही तुटू शकते, याची जाणीव मी तिला दिली. तरीही तिनं माझी साथ न सोडण्याचं ठरवलं. थोड्याच दिवसात आम्ही लग्न केलं. तिच्या आई-वडिलांचा तसा विरोधच होता. साहजिकच होतं. तरीही अमेरिकेतल्या त्या मुक्त वातावरणात आम्हा दोघांच्याही इच्छेला मान दिला गेला.

आता मला जगण्यात परत उत्साह वाटू लागला. मला मरायचं नव्हतं. डॉक्टरांनी दिलेली औषधं मी नित्यनेमानं घेऊ लागलो. माझ्या कामातही संशोधनातही जास्त लक्ष घालू लागलो. या वेळी एक बाब माझ्या ध्यानात आली. माझं शरीर जसजसं अधिक लुळं पडू लागलं, अधिकाधिक विकल होऊ लागलं, तसतशी माझी बुद्धी जास्त तल्लख होऊ लागली. मला नवनवीन कल्पना सुचू लागल्या. माझी तर्कसंगती अधिक टोकदार झाली. नवनवीन माहिती, तिचं सार, तिच्यापाठच्या वैज्ञानिक संकल्पना मला चटकन उमगू लागल्या.

तोपर्यंत मी काही हालचाली करू शकत होतो. त्यांचा वेग मर्यादित होता. त्या अवघडल्यासारख्या, वेड्यावाकड्या, बेंगरूळ होत असत. पण मी त्या करू शकत होतो. त्यामुळे प्रत्यक्ष प्रयोग करणं, मला जमत होतं. माझे विद्यार्थीही मला मदत करत असत. जसजशी माझ्या संशोधनाची ख्याती पसरू लागली तसतसे अधिकाधिक हुशार विद्यार्थी माझ्याकडे आकृष्ट होऊ लागले. त्यांच्याकरवी अवघड प्रयोग करून मी संशोधनाचा जोर कायम ठेवला होता.

शर्मिला माझी देखभाल मनापासून करत असे. त्यासाठी तिनं स्वत:च्या संशोधनाचाही बळी दिला होता. ती फक्त गृहिणी झाली होती. माझी, माझ्या मुलांची देखभाल करत माझा संसार सांभाळण्याची सगळी जबाबदारी तिनं उचलली होती. अर्थात तोपर्यंत मी स्वत:च्या हातांनी जेवू शकत होतो, बिछान्यातून उठू शकत होतो. काठीच्या साहाय्यानं इकडं-तिकडं सावकाश हिंडूफिरू शकत होतो. बाथरूममध्ये मला बसवलं तर स्नान वगैरे सगळं माझं मी पार पाडू शकत होतो. पण ही क्षमता कमी-कमी होत गेली आणि मुलांचीही भर पडली तसा शर्मिलाच्या मदतीला माझा एखादा विद्यार्थी पेइंग गेस्टसारखा माझ्या घरी राहू लागला. भाडं देण्याऐवजी तो माझ्या देखभालीचा काही भाग उचलत असे. पण त्यानंतर रोग जास्तच बळावला तशी आम्ही चोवीस तासांची नर्स ठेवली. माझ्या संशोधनाची ख्याती तोवर सर्वदूर पसरलेली असल्यामुळे यासाठी काही धर्मादायी संस्थांनी मला अनुदानही दिलं.

सगळी घडी व्यवस्थित बसली होती. माझ्या संशोधनाला बहर आला होता. माझ्या सिद्धान्तांना जगन्मान्यता मिळू लागली होती. विचारांची एक नवी बैठक मी घालू लागलो होतो, एक पॅरॅडाइम शिफ्ट घडवून आणत होतो असं लोक म्हणू लागले होते. जास्तीत जास्त बुद्धिमान विद्यार्थी माझ्याबरोबर काम करायला मिळावं म्हणून धडपडत होते. माझ्या शरीरानं विकल होण्याची परिसीमा गाठली आहे, असं मला वाटत होतं. ते अधिक जर्जर होणं अशक्यच आहे, असं मला वाटू लागलं होतं. माझा मेंदू मात्र जास्तच तल्लख झाला होता. धारदार झाला होता. माझ्या चेतासंस्थेला नवनवीन धुमारे फुटू लागले होते. त्याच वेळी माझा जो आजचा लाडका सिद्धान्त आहे, त्याची पायाभरणी घातली गेली. माणसाचं शरीर जरी संपूर्ण

कोलमडून पडलं, तरी जोवर त्याची चेतासंस्था पूर्ण क्षमतेनं विचार करू शकते; मेंदू माहितीच्या विश्लेषणाचं, लॉजिकल ॲनॅलिसिसचं काम करू शकतो तोवर तो माणूस म्हणून घ्यायला पूर्ण लायक असतो असं मला तीव्रतेनं वाटू लागलं. पौर्वात्य अध्यात्मात आत्मा या संकल्पनेला एवढं महत्त्व का दिलं गेलं आहे, आत्म्याच्या जागृतीसाठी तिथले ऋषिमुनी एवढी धडपड का करत हे माझ्या ध्यानात येऊ लागलं. ध्यानाला बसले असताना त्यांना आपल्या शरीराचा संपूर्ण विसर पडलेला असे आणि तरीही ज्ञानसंपादनेचं शिखर गाठण्याचा त्यांचा प्रयत्न यशस्वी होत असे. ते का आणि कसं, हे मला वाटतं मला उमगू लागलं होतं. अध्यात्म म्हणजे त्या प्राचीन ऋषिमुनींच्या काळातल्या सर्वोच्च ज्ञानाचं सार होतं. ते त्यावेळचं अद्ययावत विज्ञान होतं. आज ते कालबाह्य झालं असेल तर केवळ त्याच्या ज्ञानसंपादनाच्या पद्धतीबाबतीतच. म्हणून त्यांनी मांडलेल्या संकल्पनांचा आधुनिक विज्ञानाच्या मार्गानं मागोवा घेण्याचं मी निश्चित केलं ते साधारणत: त्याच सुमारास.

पण त्याच वेळी अशी एक घटना घडली की, माझ्या या तपश्चर्येची तिथंच इतिश्री होते की काय असं वाटू लागलं. तोवर माझा माझ्या जिभेवरचा ताबाही सुटत चालला होता. माझी वाचा अस्पष्ट होत चालली होती. माझं बोलणं इतरांना समजणं अवघड होत चाललं होतं. माझ्या जवळ सतत वावरणाऱ्या मोजक्या व्यक्तींनाच ते समजत असे. त्यामुळे कोणाशीही संभाषण करणं हा मोठा कसोटीचा प्रसंग ठरू लागला होता. मी त्या वेळी व्याख्यानं देत असे ती एक प्रकारच्या इनडायरेक्ट पद्धतीनं. म्हणजे मला काय सांगायचं ते मी माझ्या असिस्टंटला सांगत असे. आणि मग तो स्पष्टपणे त्याचा उच्चार करत ते श्रोत्यांना ऐकवत असे. परकीय भाषेमध्येच बोलणाऱ्या व्यक्तीसाठी जशी दुभाषाची व्यवस्था असते तशीच काहीशी ही व्यवस्था होती. संपूर्ण समाधानकारक असं नाही म्हणता यायचं. पण कामचलाऊ निश्चित होती. माझे पेपर्स, माझे लेख अशाच पद्धतीनं लिहिले जात होते. मी ते माझ्या सेक्रेटरीला डिक्टेट करत असे आणि ती ते टाइप करून माझ्या पुढ्यात ठेवत असे.

पण दुष्काळात तेरावा महिना म्हणतात, तसा याच सुमाराला मला न्युमोनिया झाला. त्यानं इतकं गंभीर रूप धारण केलं होतं की, माझ्यावर ट्रकियोस्टोमीची शस्त्रक्रिया करावी लागली. म्हणजे माझ्या श्वासनलिकेला भोक पाडून तिथून नळी घालून माझा श्वासोच्छ्वास नियंत्रित करावा लागला होता. त्यानंतर तर माझी वाचा कायमचीच बंद पडली. मला काहीही बोलणं अशक्य होऊन बसलं. त्या काळात कोणीतरी माझ्यापुढे एक निरनिराळी अक्षरं असलेलं कार्ड धरत असे आणि मी मला हव्या असलेल्या अक्षराकडे अंगुलीनिर्देश करत असे. पण अशा रीतीनं फार-फार तर मी काही लेख लिहू शकलो असतो. या पद्धतीनं काही संभाषण करणं अशक्यच होतं. मला वाटलं की, माझं शरीर माझ्या मेंदूवर आता मात करणार. मेंदू पूर्ण

क्षमतेनं आपलं विचाराचं काम करत असूनही केवळ शरीर असमर्थ झाल्यामुळे त्याला आपलं काम करणं अशक्य होऊन बसणार. कारण विचार करणं, हे जरी मेंदूचं काम असलं तरी ते व्यक्त करण्यासाठी स्वरयंत्रासारख्या शरीराच्या काही घटकांची मदत लागतच होती. माझा सिद्धान्त फोल ठरणार की काय अशी भीतीही मला त्या वेळी वाटू लागली होती.

पण तसं झालं नाही. कारण कॅलिफोर्नियामधल्या सत्यजित परांजपे या एका कम्प्युटर तज्ज्ञाच्या कानावर माझ्या दुर्धर परिस्थितीची बातमी पडली. त्यानं आपण लिहिलेल्या एका खास प्रोग्रॅमची एक कॉपी माझ्या वापरासाठी पाठवून दिली. या प्रोग्रॅमचा वापर करून कम्प्युटरच्या पडद्यावर उमटणाऱ्या अनेक शब्दांमधून मी मला हवा तो समर्पक शब्द निवडू शकत होतो. आधी एक शब्द मग दुसरा शब्द असं करत करत संपूर्ण वाक्याची जुळणी करू शकत होतो. एखादा परिच्छेद झाला की, मग तो त्या कम्प्युटरलाच जोडलेल्या स्पीच सिंथेसायझरकडे पाठवू शकत होतो. त्यातून मग ते शब्द उमटून इतरांना ऐकवू शकत होतो.

सुरुवातीला हा प्रोग्रॅम मी माझ्या डेस्कटॉप कम्प्युटरवर चालवला. त्यामुळे मी लेखन करू शकत होतो, अतिशय धिम्या गतीनं का होईना संभाषण करू शकत होतो, माझे विद्यार्थी आणि मी यांच्यामध्ये जी दरी पडायला लागली होती तिच्यावर आता एक पूल बांधला गेला होता. आमच्यामध्ये होत असणारी इंटरॲक्शन नीट पार पडू लागली होती. मी संपूर्ण प्रयोगाची आखणी करून देत असे. विद्यार्थी त्यानुसार प्रयोग करत असत. निरीक्षणं घेत असत. त्यांचा सारांश काढत असत. प्रसंगी त्यातून निष्कर्षही काढत असत. मग आमच्यात चर्चा होऊन पुढचा प्रवास सुरू होत असे.

तरीही मी एका जागी जखडून गेलो होतो. जिथं माझा डेस्कटॉप कम्प्युटर होता तिथंच राहून मला माझं काम करावं लागत होतं. इतर सगळ्यांना तिथंच यावं लागत होतं. व्याख्यानं देणं, तर अशक्यच झालं होतं. पण या वेळी दुसऱ्या एका कम्प्युटर तज्ज्ञाची मदत झाली. आमच्याच विद्यापीठाच्या कम्प्युटर इंजिनिअरिंग डिपार्टमेंटमधले प्रोफेसर व्लादिमिर कोरोहोडा यांनी एक छोटा लॅपटॉपसारखा कम्प्युटर आणि स्पीच सिंथेसायझर माझ्या चाकांच्या खुर्चीलाच जोडून दिला. माझ्या हाताची काही बोटं मी अजूनही हलवू शकतो. त्यांचाच वापर करून मी त्या कम्प्युटरचा माउस वापरू शकतो. त्या कम्प्युटरचं नियंत्रण करू शकतो.

सुरुवातीला अशा तऱ्हेनं मी एका मिनिटात पाच-सहा शब्दच तयार करू शकत होतो. पण आता कम्प्युटरमध्ये आणि त्याच्या प्रोग्रॅममध्ये तसंच माझ्याही या यंत्रणा वापरण्याच्या क्षमतेत सुधारणा झाल्यानं माझ्या बोलण्याची गती मी वाढवली आहे. आता मी इतरांशी संभाषणही करू शकतो. आत्ता या क्षणी मी तुमच्याशी

करतो आहे तसा. व्याख्यानंही देऊ शकतो. लेखनही करू शकतो. त्यासाठी नेहमीच मला माझ्या सेक्रेटरीवर अवलंबून राहण्याची आवश्यकता उरलेली नाही.

मला मोटर न्युरॉन डिसीज झाला. त्याची व्याप्ती वाढतच गेली. माझ्या संपूर्ण शरीरावर त्यानं आपला अंमल बसवला. ते शरीर दुबळंच नाही तर कुचकामी करून टाकलं. त्या शरीराचा एक नुसताच हाडामांसाचा गोळा झाला. तरीही मी संपलेलो नाही. माझा मेंदू पूर्ण क्षमतेनं आपले विचार करण्याचं मुख्य काम करतो आहे. माझी चेतासंस्था पूर्णपणे जागृत आहे. हे विचार व्यक्त करण्यामध्ये काही अडचण निर्माण झाली होती. मी थोड्या वेळापूर्वी म्हटल्याप्रमाणं काही काळापुरतं माझ्या शरीरानं माझ्या मेंदूवर आक्रमण केलं होतं. त्याची नाकाबंदी केली होती. पण त्यावरही मी मात केली आहे. तीही मानवानं आपलं बुद्धिसामर्थ्य पणाला लावून निर्माण केलेल्या कम्प्युटरसारख्या एका यंत्रणेच्या मदतीनंच. ती यंत्रणाही अशी की, जी माणसाच्या मेंदूच्या कार्यपद्धतीची नक्कल करते. संगणकाची पुढची पिढी ही न्युरल नेटवर्कची असेल असं म्हणतात. म्हणजे ती संपूर्णपणे मेंदूसारखंच काम करणारी असेल. ती आली की मग मला आज जी माझी बोटं किंवा भुवया, डोळे, डोकं यांच्या हालचालीवर विसंबून राहावं लागतं तेही करावं लागणार नाही. शरीराचा कोणताही भाग, कोणताही अवयव मला वापरावा लागणार नाही. माझ्या मनातले विचार म्हणजेच माझ्या मेंदूमधल्या लहरी तो कम्प्युटर पकडेल आणि त्यानुसार मिळालेल्या आदेशांचं पालन करील.

सध्या मला एकच बाब थोडीशी खटकते आहे. ती म्हणजे माझा हा आवाज माझा नाही. म्हणून तो धातूमय वाटतो आहे. तो कृत्रिम असल्याचं तुम्हा सर्वांना जाणवतं आहे. शिवाय माझे उच्चारही अमेरिकन धाटणीचे वाटताहेत. पण त्यावरही काम चालू आहे. ते पूर्ण झालं की माझ्या आवाजात तुम्ही मला ऐकू शकाल. माझ्या शरीराचा पूर्ण पराभव झालेला असेल.''

स्पीकरमधून आवाज येणं थांबलं. धूसर होत पडद्यावरचं चित्रही नाहीसं झालं. तिथं काळोख पसरला. कौशिकांनी हातातला रिमोट वापरत डीव्हीडी प्लेअर बंद केला. टीव्हीही बंद केला.

अमृतराव परत भारावल्यासारखे झाले होते. मंत्रमुग्ध होऊन त्या बंद झालेल्या टीव्हीच्या पडद्याकडेच पाहत होते.

ते त्या तंद्रीतून बाहेर येईपर्यंत कौशिकही काही बोलले नाहीत. थोड्या वेळानं अमृतरावच म्हणाले,

''अविश्वसनीय आहे सगळं! विलक्षण आहे. मानलं या असामीला. अशा असाध्य रोगावर मात करत अतिशय समृद्ध आयुष्य जगतो आहे गडी. मानलं.''

"ते तर आहेच. शिवाय आपला सिद्धान्त प्रत्यक्षात जगून दाखवतो आहे."

"एक्झॅक्टली! तो सिद्ध करण्यासाठी वेगळा पुरावा सादर करण्याची गरजच नाहीय त्यांना."

"तरीही एक गोष्ट खटकली अमृतराव."

"कोणती?"

"आजच्या आपल्या या यशाचं, संपन्न आयुष्याच श्रेय देताना त्यांनी आपले विद्यार्थी, आपली सेक्रेटरी, सत्यजित परांजपे, व्लादिमिर कोरोहोडा, एवढंच काय पण ते संगणक, स्पीच सिंथेसायझर आणि त्यांना कार्यान्वित करणारे ते प्रोग्रॅम सगळ्यांचा उल्लेख केला. त्यांचं त्यांचं श्रेय त्यांच्या पदरात टाकलं. त्यांच्याबद्दलची कृतज्ञता व्यक्त केली."

"हा तर बोसांच्या मनाचा मोठेपणा आहे. त्यात खटकण्यासारखं काय आहे?"

"नाही अमृतराव, ते खटकलं नाही. खटकला तो त्यातला एक अनुल्लेख. आज ते जे या स्थानावर पोचले आहेत, इतक्या उभारीनं आपलं आयुष्य जगताहेत त्यापाठी त्यांच्या पत्नीचा, शर्मिला बोसांचा किती महत्त्वाचा सहभाग आहे. त्यांच्या इतकीच उच्च कोटीची बुद्धिमत्ता असलेल्या शर्मिलांनी आपल्या करिअरचा त्याग केला. केवळ पतिसेवेत धन्य मानलं. त्या दुर्बळ, वेस्ट होत असलेल्या शरीरानं आपलं आधारसंस्थेचं काम करावं म्हणून आपल्या बुद्धिमत्तेला वेसण घातली. बोसांच्या शरीरानं शर्मिला बोसांच्या मेंदूवर केलेली मात सहन केली. कोणतीही तक्रार न करता. त्याबद्दलची कृतज्ञता बोसांच्या या मुलाखतीत कुठंच फारशी व्यक्त झालेली नाही. त्यांच्या पदरात ते श्रेय घातलं गेलेलं नाही."

"नाही कसं? सुरुवातीलाच त्यांनी ते सांगून टाकलं."

"अगदी सहजपणे. ओघाओघात आल्यासारखं. ते पुरेसं आहे असं मलातरी वाटलं नाही. खैर तो माझा एक वेगळा दृष्टिकोन असू शकेल. बाकी एक विलक्षण कार्यक्रम पाहिला, या तुमच्या निरीक्षणाशी मी पूर्ण सहमत आहे."

अमृतराव यावर काहीच बोलले नाहीत. ते परत आपल्याच विचारांमध्ये गढून गेले होते. त्या मुलाखतीचा त्यांच्यावर किती जबरदस्त प्रभाव पडला होता, हे दिसत होतं. तसेच काही न बोलता अमृतराव तिथून निघून गेले.

शर्मिलाला जाग आली. तिनं डोळे उघडले. नेहमीच्या ओळखीच्या वस्तू तिला दिसल्या नाहीत. आपण कुठं आहोत असा प्रश्न तिला पडला. पण क्षणभरच. आपण इन्स्टिट्युट ऑफ सायन्सच्या गेस्ट हाउसमधल्या व्हीआयपी स्वीटमध्ये आहोत, हे तिला तेवढ्यातही आठवलं.

आपण त्या स्वीटच्या ड्रॉइंग रूममध्ये सोफ्यावरच झोपलो आहोत, हेही तिला

आठवलं. गेली पंधरा वर्षं ती अशीच एकटीच झोपत आली होती. वेगळ्या बेडरूममध्ये. मुलांना एकटं ठेवावं लागू नये म्हणून याची सुरुवात झाली होती. पण ती केवळ सबब होती, हे तिचं मन इतक्या वर्षांनंतरही तिला विसरू देत नव्हतं.

अमरचं शरीर जसजसं सुकत गेलं, चिपाडासारखं होत गेलं, त्यातली चेतना हरवत गेली तसतसं तिला त्याच्या शेजारी झोपणं अवघड होत गेलं. काहीही झालंतरी आपल्याला काही भावना आहेत. केवळ मेंदूच्या तर्कसंगत विचारसरणीवर आपण अमरसारख्या जगू शकत नाही. त्यामुळे अशा एखाद्या हाडांच्या सापळ्याबरोबर कसं झोपावं असं आपल्याला वाटू लागलं. ती भावना जशी प्रखर होत गेली तसं आपण आपला रात्रीचा मुक्काम वेगळ्या खोलीत हलवला.

आपल्या मनाला हे समजावण्याचा ती नेहमीच प्रयत्न करत असे. आणि प्रत्येक वेळी हे खोटं आहे, आपली खोटी समजूत काढण्याचा तिचा हा प्रयत्न आहे, स्वत:लाच फसवण्याचा तिचा हा प्रयास आहे, हेही तिचं मन तिला सांगत असे. अमरच्या व्याधीची माहिती त्यानं लग्नाआधीच तिला दिली होती हे खरं होतं. त्या व्याधीचे काय परिणाम होतात, तिची वाढ कशी होऊ शकते, तिच्यापोटी आयुष्याची इतिश्री होऊ शकते याची कल्पना तिला आली होती. पण अमरच्या प्रखर बुद्धिमत्तेनं ती भारावून गेली होती. त्या बुद्धिवैभवाची जाणीव जगाला झाली नव्हती. पण तिला त्याची ओळख पटली होती. तीही त्याच्याच तोडीची वैज्ञानिक होती. त्यामुळे तो स्फुल्लिंग तिनं त्याचवेळी ओळखला होता. त्याला फुंकर घालून तो वन्ही चेतवावा, असं तिला प्रकर्षानं वाटलं होतं. आपलं स्वतंत्र संशोधन करण्याऐवजी अमरला आयुष्यभराची साथ देऊन त्या बुद्धिमत्तेचा विकास घडवून आणण्यात खरी मोलाची मदत करावी, असं तिला वाटलं होतं. त्या बुद्धिमत्तेची प्रभा जेव्हा सर्वत्र पसरेल तेव्हा तिच्या परावर्तित झळाळीत आपण न्हाऊन निघू आणि आपल्यासाठी तेही पराकोटीचा आनंद देणारं असेल याची तिला खात्री वाटत होती.

पण आपण ठरवतो तशाच साऱ्या पुढच्या घटना होतात असं नाही.

सुरुवातीला सगळं कसं ठरवल्यासारखंच होत होतं. मनासारखं होत होतं. शर्मिला अमरची मनापासून देखभाल करत असे. त्याची औषधं तो वेळच्या वेळी घेतो की नाही, त्याचं वेळापत्रक व्यवस्थित पार पाडलं जातंय की नाही, त्याला हवी तेवढी विश्रांती मिळते आहे की नाही, सगळी जबाबदारी शर्मिलानं उचलली होती. अमरही जेवढा वेळ तिच्यासाठी काढता येत असे तेवढा काढत असे. त्याचा व्यवसाय संशोधनाचा आहे, त्याची ठरावीक वेळ नसते. विचारचक्र चोवीस तास चालू असतं, याची तिला जाणीव होती. तीही एक संशोधक, एक वैज्ञानिकच होती. त्यामुळे कधी कधी अमरला उशीर झाला किंवा तिच्याशी केलेला वादा तो निभावू शकला नाही तर तिला राग येत नसे. अमरही त्याची भरपाई इतर वेळी करत असे.

दोघं मिळून सिनेमाला, नाटकाला जात असत. शनिवारी किंवा रविवारी आणि ते जमलं नाही तर मधल्या वारी बाहेर जेवायला जात असत. तेवढीच शर्मिलाला विश्रांती असं अमर म्हणत असे. तिचा वाढदिवस, त्यांच्या लग्नाचा वाढदिवस तो प्रयत्नपूर्वक ध्यानात ठेवत असे. एकमेकांवर जिवापाड प्रेम करणाऱ्या कोणाही जोडप्याचं जीवन जसं हसत-खेळत आनंदानं जायला हवं तसंच त्यांचंही व्यतीत होत होतं. अमरच्या व्याधीचा त्यात किंचितही अडसर होत नव्हता.

तेवढ्यात त्यांच्या संसारवेलीला बहर येणार असल्याची चाहूल लागली. आता शर्मिलाला पूर्वीएवढा वेळ अमरच्या देखभालीसाठी देता येणार नव्हता. तिला स्वतःची, येणाऱ्या बाळाची काळजी घेणं आवश्यक होतं. अमरनंही ते समजून तिच्या मदतीला आणि स्वतःच्या देखभालीसाठी नर्स ठेवण्याची व्यवस्था केली होती.

सगळं कसं सुरळीत चाललं होतं. पण केव्हा त्यात फरक पडत गेला हे समजलंच नाही. मुलं झाल्यावर साहजिकच शर्मिलाचं लक्ष त्यांच्याकडे जास्त जाऊ लागलं. अमरची देखभाल करायला नर्स होतीच. याचा अर्थ तिनं ती जबाबदारी संपूर्ण झटकून टाकली होती असं नाही. अजूनही ती त्याची हवी तशी काळजी घेतच होती. डॉक्टरांकडची त्याची अपॉइन्टमेन्ट चुकणार नाही याची खबरदारी तिनं घेतली होती. त्याची औषधं वेळच्या वेळी आणली जाताहेत हेही तीच पाहत होती. पण दररोजच्या औषधाच्या वेळा पाळणं, त्याचं वेळापत्रक नियंत्रित करणं, त्याच्याबरोबर त्याच्या संशोधनाबाबतीत थोडीफार चर्चा करणं, हे आता कमी झालं होतं.

त्याच सुमाराला अमरच्या संशोधनाची, ज्ञानभांडारात तो जी भर घालत होता त्याची, चेतासंस्थेविषयीच्या विचारांना वेगळं वळण देणाऱ्या त्याच्या सिद्धान्ताची ख्याती वाढत चालली होती. त्याला जगन्मान्यता मिळू लागली होती. तो एक प्रसिद्ध व्यक्ती होत चालला होता. त्याच्या व्याधीनंही हळूहळू अधिक गंभीर रूप धारण करायला सुरुवात केली होती. तो आता स्वतःच्या पायांनी हिंडूफिरू शकत नव्हता. स्वतःच्या हातांनी जेवू शकत नव्हता. आपल्या खुर्चीतून उठून स्वतःच बिछान्यात येऊ शकत नव्हता. त्याचं बोलणंही अस्पष्ट होत चाललं होतं. तो अधिकाधिक परस्वाधीन होऊ लागला होता. त्याची खुर्ची ढकलून त्याला इकडं-तिकडं नेण्याचं काम अजूनही शर्मिलाच करत होती. पण बोलण्यासाठी तो इतरांवर अवलंबून होता. लिहिण्यासाठी त्याला आपल्या सेक्रेटरीची मदत लागत होती. जेवण भरवण्याचं काम नर्स करत होती.

हळूहळू तो आणि शर्मिला यांच्यातला दुरावा वाढत गेला. रात्री बिछान्यात ते दोघे एकत्र येत होते. पण अमर आता विकलांग होता. शर्मिलाला तो मिठीतही घेऊ शकत नव्हता. शर्मिलाच त्याला आपल्या मिठीत घेत असे. आपण एखाद्या

हाडाच्या सापळ्याला किंवा निर्जीव वस्तूला कवटाळतो आहोत, असं तिला कधीकधी वाटत असे. त्याऐवजी आपल्या उशीला मारलेली मिठी अधिक सुखदायी असल्याची भावना तिच्या मनात कधीकधी उत्पन्न होत असे. पण त्यावर निग्रहानं मात करत शर्मिला त्याचं ते लुळं पडलेलं शरीर आपल्या मिठीत घेत असे. त्या शरीराला धड उबही नव्हती. त्यात अमरचा दोष नव्हता. प्रेमाच्या दोन शब्दांनी ती उणीव भरून काढणं त्याला सहज शक्य होतं. पण त्या दोन शब्दांनाही शर्मिला पारखी होत चालली होती. आपल्या मिठीला प्रतिसाद देण्याची इच्छाच अमरच्या मनात राहिली नव्हती असं तिला वाटू लागलं होतं.

त्यांचे बिछाने कायमचे वेगळे झाले ते त्याच्या न्युमोनियाच्या आजारानंतर. त्या काळात साहजिकच तो इस्पितळात असल्यामुळे ते निरनिराळ्या बिछान्यात झोपत असत. पण त्यातून तो बरा होऊन घरी आल्यावरही तीच व्यवस्था ठीक असल्याचं शर्मिलाला वाटू लागलं. अमरनंही तिला त्याबाबतीत विचारलं नाही. उलट आपली सुटका झाल्यासारखाच तो वागू लागला होता. त्यानंतर ती व्यवस्था तशीच राहिली.

जोवर ते घरी असत तोवर काही प्रश्नच नव्हता. पण कधी टूरवर जाण्याचा प्रसंग आला की, अडचण उभी राहत असे. त्यामुळे बहुतेक वेळा ते परगावी गेल्यावरही हॉटेलमध्येच राहत. स्वीटची मागणी करत, शक्यतो दोन बेड रूमच्या. त्यामुळे घरातल्यासारखीच व्यवस्था करणं शक्य होत असे. अमेरिकेतच दुसरीकडे जायचं असलं की, बहुतेक वेळा नर्सलाही बरोबर घेऊन जाता येत असे. त्यामुळेही दोन बेडरूम कशासाठी असा सवाल कोणाला पडला नव्हता.

पण भारतातला हा दौरा ठरला आणि नर्सला आणणं अशक्य झालं. नाहीतरी अशा दूरवरच्या दौऱ्यावर शर्मिला नेहमीच त्याच्याबरोबर जात असे. नर्स जे-जे काही करे ती सर्व कामं ती मनापासून करत असे. जाहीर कार्यक्रमांच्या वेळी प्रकाशझोतात न राहता एका बाजूला बसून आपलं काम पार पाडत असे. तेही केवळ कर्तव्यापोटीच नाही, तर प्रेमानं सगळं ती करत असे. त्यामुळे भारताच्या दौऱ्यातही ती बरोबर असणार याची आयोजकांनाही अपेक्षा होती. त्यानुसारच त्यांनी आपल्या गेस्ट हाउसमधला खास स्वीटच त्यांच्यासाठी राखून ठेवला होता. तसं त्यांना कळवलंही होतं.

पण तो स्वीट पाहिल्यावर त्यात एकच बेडरूम आहे याची कल्पना त्यांना आली. त्या वेळी दोन बेडरूमचा स्वीट मागणं शर्मिलाला अप्रस्तुत वाटलं. गेस्टहाउस उत्तम राखण्यात आलं होतं. तिथं सर्व सुविधा होत्या. त्यामुळे ऐन वेळी हॉटेलमध्ये मुक्काम हलवणं हेही आपल्या यजमानांचा अपमान केल्यासारखं होईल, हेही तिनं ओळखलं होतं. आपली अडचण स्पष्टपणे सांगावी तर आपल्या गृहछिद्राची जाहीर वाच्यता केल्यासारखं होईल, हेही तिच्या लक्षात आलं होतं.

हसतमुखानं तिनं दिलेल्या व्यवस्थेचा स्वीकार केला होता. आपल्या यजमानांना धन्यवाद दिले होते. फक्त अमरसाठी ज्या काही खास जेवणाची आवश्यकता असे त्याबाबतीत काही सूचना केल्या होत्या.

आपल्याला हॉलमधल्या सोफ्यावर रात्री काढाव्या लागणार आहेत, हे तिनं ओळखलं होतं. त्याचाही स्वीकार केला होता. तरीही ज्या प्रकारे अमर काल रात्री वागला होता, त्यामुळे ती दुखावली होती.

व्याख्यानाहून परत आल्यावर अमरला तसंच खुर्चीत ठेवून ती सोफ्यावर बसली होती. कपाळावरचा, मानेवरचा घाम आपल्या दुपट्ट्यानंच तिनं पुसला होता.

तोच मेटॅलिक आवाजात अमरनं विचारलं, "कसं झालं माझं लेक्चर?"

"चांगलंच झालं. नेहमीप्रमाणं." तिनं सहजपणे उत्तर दिलं.

"चांगलं? इट वॉज ॲन आउटस्टँडिंग परफॉर्मन्स, माय डिअर. तीन वेळा स्टँडिंग ओव्हेशन मिळालं मला. डॉ. माजगावकर वॉज ऑल्सो लेफ्ट स्पीचलेस."

"मी कुठं नाही म्हटलं? चांगलंच झालं असं म्हणाले मी."

"दॅट वॉज ए ल्यूकवॉर्म रिस्पॉन्स. कसंबसं, ओढून-ताणून तू चांगलं म्हणालीस. तुला एकतर समज नाही किंवा कदर नाही. आयदर वे इट वॉज इन बॅड टेस्ट. तुला –"

"पुरे," आपला हात उंचावून त्याला थोपवत ती म्हणाली, "आय डोन्ट वॉन्ट टू गेट इन्टू ॲन आर्ग्युमेन्ट वुइथ यू, मी दमलेय आज."

"दमली आहेस? तू? तुला दमायला काय झालंय? दमायला पाहिजे मी. थकायला पाहिजे मी. तू केलंसचय काय इतकं दमायला?"

"काय केलंय? सकाळपासून तुझ्या दिमतीला आहे मी. तुझी सगळी साफसफाई केली. तुझी औषधं दिली. तुझं जेवण दिलं. तुला घेऊन पहिल्यांदा इन्स्टिट्युटमध्ये मग त्या हॉलमध्ये हिंडले, तुझी खुर्ची ढकलत. त्यानंतरचं ते रिसेप्शन. तिथंही अख्खा वेळ मी उभीच होते. क्षणभरही बसायला मिळालं नाही मला. दिवसभर राबते आहे मी आणि तू विचारतो आहेस की थकायला काय झालंय?"

"अर्थात! इथून बाहेर पडल्यावर तशी तू बराच वेळ बसूनच होतीस कुठं ना कुठं. कधी डायरेक्टरांच्या ऑफिसात. कधी हॉलच्या स्टेजवर. शिवाय इकडून तिकडे आपण फिरलो ते गाडीतूनच. शिवाय ड्रायव्हर असल्यानं ती चालवण्याचाही त्रास नव्हता. त्या गाडीत चढताना किंवा उतरताना तुला ड्रायव्हरची, इतरांची मदतही मिळाली. थकायला होतं, ते माझ्यासारखं इंटलेक्चुअल काम केल्यावर. थकतो तो ब्रेन. थकत नाही ते –"

"इनफ! तुझा तो लाडका सिद्धान्त ऐकून-ऐकून कान किटले माझे. शरीरही थकतं. तुला काय कल्पना? तुला शरीर असतं तर –" तिरमिरीत आपण काय

बोलून गेलो हे ध्यानात येऊन तिनं आपला हात तोंडावर ठेवत पुढचे शब्द मागे परतवले. "आय ॲम सॉरी. तसं म्हणायचं नव्हतं मला."

"छे, छे, तुला तेच म्हणायचं होतं. तुझ्या नकळत तुझ्या मनातले विचार प्रकट झाले. तुला तुझं शरीरच दिसतं आहे. त्याचीच तुझी भूक वाढते आहे. ती एक भूक मी भागवू शकत नाही म्हणून तुझी तडफड चालली आहे. बाकी एवढं सारं मिळतंय. पण तेवढ्यावर संतुष्ट नाहीस तू. बरोबर आहे, आयतं सारं मिळत गेलंय ना!"

"आयतं? काय आयतं मिळालंय मला? कधी बोलून दाखवलं नव्हतं आजवर आणि तशी इच्छाही नव्हती. पण तू बोलायला भाग पाडतो आहेस. तुझ्यासाठी मी माझं आयुष्य वेचलं. माझ्या करिअरवर पाणी सोडलं. तुझं, मुलांचं सारं करत आले. घरसंसार सांभाळण्यातच मी धन्य मानलं. माझ्या साऱ्या गुणवत्तेवर पाणी सोडलं. तुझ्या करिअरमध्येच माझी करिअर पाहिलं."

"त्यात विशेष काय केलंस? तशी ती नर्सही करते. माझी सेक्रेटरीही करते."

"त्या? त्या पगारी नोकर आहेत. त्यांचा पगार देऊ नकोस एखादा महिना आणि मग बघ केवळ तुझ्या नावाला भाळून कोणी तुझं काम करायला पुढे येतो का ते? तुझे विद्यार्थी, तेही तुझ्याबरोबर संशोधन केल्यानं त्यांचं करिअर उभं राहणार असते म्हणून तू सांगशील ते करायला तयार असतात. पण एकदा डिग्री मिळाली की निघून जातात. कोण राहिलंय आज तुझ्याबरोबर माझ्याशिवाय?"

"पण त्या बदल्यात तुलाही मान-सन्मान मिळतात ते? माझ्याबरोबर मिरवायला मिळतं ते?"

"कसला मानसन्मान आणि कसलं मिरवणं! आज तुझ्याबरोबर व्याख्यानाला आले होते ते एका अंधाऱ्या कोपऱ्यात बसून होते. कोणी माझी विचारपूसही केली नाही. साधी पाण्याची बाटलीही कोणी ठेवली नाही. तुला एवढा मोठा पुष्पगुच्छ दिला. मला एक फूलही कोणी दिलं नाही. माझी साधी ओळखही करून दिली गेली नाही. त्या माजगावकरांनी तुझे, इतरांचे आभार मानले. माझा उल्लेखही कोणी केला नाही. तिथं असलेल्या कित्येकांना आपलं काय नातं आहे, हेही समजलं नसेल. मी कोणीतरी पगारी नर्स आहे, अशीच त्यांची समजूत झाली असेल."

"ठीकच आहे. असा काय तीर मारला आहेस तू म्हणून तुझी ओळख करून द्यावी? किंवा तुझे आभार मानावेत?"

"तुझ्याकडून माझी जास्त अपेक्षा नाही अमर. कधी तरी दोन प्रेमाचे शब्द मिळावेत एवढीच साधी अपेक्षा आहे. प्रेम सोडा साधी कृतज्ञताही व्यक्त होत नाही कधी तुझ्याकडून. एखाद्या मोलकरणीलाही जास्त चांगलं वागवत असतील. असह्य होत चाललंय आता सगळं. आय वॉन्ट आउट! सुटका करून घ्यायचीय मला."

"माझ्यापासून? मग ती माझ्या मरणानंतरच मिळेल तुला. आता माझ्यापासून सुटका करून घेण्याचा प्रयत्न केलास तर सारं जग छी थू करेल तुझी. स्वार्थी, निर्दय स्त्री अशीच ओळख होईल जगाला तुझी. आणि मीच तुला सोडण्याचं ठरवलं तरी जग माझ्या बाजूनंच उभं राहील. इतके दिवस मी तुला कसं टॉलरेट केलं असंच विचारत राहील."

त्याचं म्हणणं बरोबरच आहे, याची शर्मिलालाही कल्पना होती. पण त्यानं ते विजयोन्मादानं बोलून दाखवावं याचं तिला वाईट वाटलं. आपल्या वर्मीच त्यानं घाव घातला आहे, हे तिला उमगलं. त्याला तशीच खुर्चीत ठेवून ती बाहेर जाणार होती. पण जोवर तो खुर्चीत आहे तोवर तो बोलत राहील आणि आपल्याला ते ऐकत राहावं लागेल, याची जाणीव होऊन तिनं त्याला खुर्चीतून उचलून बिछान्यावर ठेवलं. आणि त्याचे कपडे बदलण्याचीही धडपड न करता पलीकडच्या दोन चादरी आणि एक उशी उचलत ती बाहेरच्या खोलीत गेली होती.

अंगातला आळस झटकण्यासाठी आळोखेपिळोखे देत असतानाच तिची नजर समोरच्या घड्याळावर गेली. सात वाजायला आले होते. आता उठायलाच हवं होतं. आज दहा वाजता अमरची इन्स्टिट्युटमधली लेक्चर्स आणि तिथल्या रिसर्च स्टुडंटशी, फॅकल्टीशी संभाषणं सुरू होणार होती. त्याचे सगळे सकाळचे उपचार आटोपून त्याला तयार करून तिथं घेऊन जायचं होतं. साडेनऊला गाडी येणार होती.

शर्मिला उठली आणि सोफ्यावरचे चादर वगैरे घडी करून तिनं परत बेडरूमच्या कपाटात नेऊन ठेवण्यासाठी तयार ठेवले. इथं झाडलोट करण्यासाठी येणाऱ्या मोलकरणीला किंवा अमरला घेऊन जायला येणाऱ्या ड्रायव्हरलाही आपण दोन वेगवेगळ्या बिछान्यात झोपत आहोत याचा सुगावा लागता कामा नये. तिलाच याची दक्षता घ्यायला हवी होती.

आपला टॉवेल उचलून शर्मिला बाथरूममध्ये गेली. स्वतःचं ब्रशिंग वगैरे आटोपून अमरला उठवण्यासाठी ती बेडरूममध्ये गेली. अमर अजूनही बिछान्यातच होता. त्याचे डोळे उघडे होते आणि त्यांची किंचित हालचाल होत असल्याचंही तिला दिसत होता.

म्हणजे त्याला जाग आली होती.

त्याला उठवण्यासाठी तिनं त्याच्या अंगावरची चादर बाजूला केली.

आणि तिनं मोठ्यानं किंकाळी फोडली.

अमरच्या अंगावर तीन चार ठिकाणी भोसकल्यासारख्या जखमा होत्या. त्यातून थोडाफार रक्तस्राव झाला होता. एका जखमेतून अजूनही रक्त ठिबकत होतं. आपल्या डोळ्यांवर विश्वास न बसून ती नुसती पाहतच राहिली. तिचं डोकं बधिर झाल्यासारखं झालं होतं. काय करावं हे सुचत नव्हतं.

तिनं परत मोठ्यानं किंकाळी फोडली. आणि मोठमोठ्यानं ओरडत ती स्वीटच्या मेनडोअरकडे धावत सुटली.

"डॉक्टर, कॅन वुई सी प्रोफेसर बोस?" अमृतरावांनी डॉक्टर बिलिमोरियांना विचारलं.

"नो कमिशनर, एवढ्यात नाही. त्यांना आयसीयूमध्ये ठेवलं आहे. त्यांना नुसतं लांबून पाहायचंच असेल, तर शेजारच्या रूममधून तुम्ही त्यांना पाहू शकता. मधल्या पार्टिशनला एक व्ह्यूईंग विन्डो ठेवलीय आम्ही."

"नाही डॉक्टर, असं लांबून पाहून काय करणार आहोत आम्ही?"

"त्यांच्याशी बोलून त्यांना काही प्रश्न विचारणार असाल तर ते एरवीही कठीण झालं असतं याची कल्पना आहेच तुम्हाला. त्यांच्या त्या कॉम्प्युटरशिवाय आणि स्पीच सिंथसायझरशिवाय त्यांच्याशी काही संभाषण अशक्यच आहे. तेव्हा त्यांना भेटून काय साध्य करणार आहात तुम्ही?"

"अमृतराव, डॉक्टर म्हणताहेत ते खरंच आहे." त्यांना आवरत कौशिक म्हणाले. "आपल्याला जी काही माहिती मिळवायची ती इतरांकडूनच मिळणार आहे. पण डॉक्टर टेल अस. हाउ इज ही नाउ?"

"तसे ठीक आहेत. त्यांच्या जखमा फॉच्युनेट्ली सुपरफिशियलच होत्या. त्यातून ब्लड लॉसही तसा जास्त झालेला नाही. पण यू नो हिज कन्डिशन. इतर कोणी असता तर आतापर्यंत डिस्चार्जही दिला असता आम्ही. पण त्यांच्या बाबतीत कोणतीही रिस्क घ्यायला तयार नाही आहोत आम्ही. म्हणून तर त्यांना आयसीयूमध्ये ठेवलंय. पण ही इज स्टेबल. त्यांचं बीपीही स्टेबल आहे. पण त्यांच्या बाबतीत नॉर्मल कन्डिशन म्हणजे काय हेच आम्हाला समजत नाहीय. म्हणून त्यांच्या अमेरिकेतल्या डॉक्टरांना आम्ही इमेलवरून सगळे डिटेल्स पाठवायला सांगितले आहेत. त्यांना कोणतंही ड्रग प्रिस्क्राइब करतानाही काळजी घ्यावी लागतेय. कशाची ॲलर्जी असेल आणि कशाची ॲडव्हर्स रिॲक्शन येईल हे सांगता येत नाही."

"खरं आहे तुमचं म्हणणं. पण डॉक्टर त्यांच्या बाबतीत आणखी काहीही समजलं तरी प्लीज लेट अस नो. किती दिवस त्यांना इथं ठेवाव लागेल असा अंदाज आहे तुमचा?"

"तेही अमेरिकेहून ते रिपोर्ट आल्याशिवाय सांगता यायचं नाही. टाइम डिफरन्समुळे तिथं आता रात्र आहे. तेव्हा वुई हॅव टू वेट फॉर सम टाइम!"

"थॅंक्स अ लॉट, डॉक्टर!"

अमृतराव आणि कौशिक, दोघंही तिथून बाहेर पडले. सकाळी सकाळीच त्यांचा फोन घणघणला होता. जे काही त्यांनी ऐकलं त्यानं ते सुन्न होऊन गेले होते.

“काल संध्याकाळीच आपण त्यांचं ते व्याख्यान ऐकलं, त्यानंतर त्यांच्याच शब्दात त्यांची जीवनकहाणी, खरंतर त्यांच्या विकलांग शरीराची कहाणी ऐकली आणि आज हा प्रकार! आपल्याच वेगळ्या विश्वात रममाण होणाऱ्या एका विकलांग विद्वानाच्या जिवावर कोणी असं का उठावं हेच त्यांना समजत नव्हतं. त्यांना जेव्हा बोलावण्यात आलं तेव्हा या साऱ्या प्रकाराची काहीही वाच्यता होणार नाही आणि विशेषत: प्रसारमाध्यमांना काहीही सुगावा न लागू देता सारी चौकशी पार पाडून गुन्हेगाराला लवकरात लवकर पकडण्याच्या सूचना दिल्या गेल्या होत्या. बाब अतिशय नाजूक होती यात शंकाच नव्हती. प्राध्यापक बोस यांच्यासारख्या जागतिक ख्यातीच्या संशोधकावर इन्स्टिट्युटच्या आवारातच असा हल्ला होणं हे कोणालाही शोभून दिसणारं नव्हतं. देशाच्या इभ्रतीचा प्रश्न होता हा. याची जाहीर वाच्यता झाली तर कोणत्याही क्षेत्रातली ख्यातनाम व्यक्ती इथं येण्यापूर्वी दहादा विचार करेल याविषयी शंकाच नव्हती. आज नॉलेज प्रोसेस आउटसोर्सिंगचं नवं क्षेत्र देशाला खुलं होत होतं. ज्ञानाधिष्ठित उद्योगधंद्यांची, सेवाक्षेत्राची वाढ होऊ घातली होती. अशा वेळी ज्ञानदानाच्या, ज्ञानसंपादनाच्या कार्यालाच संपूर्णपणे वाहून घेतलेल्या बोसांसारख्या स्वत:चं संरक्षण करण्यास संपूर्णपणे असमर्थ असणाऱ्या व्यक्तीवर त्यांच्या बिछान्यातच हल्ला होतो ही बातमी फुटली असती तर त्याचा परिणाम दूरदूरवर झाला असता. त्याचे पडसाद अनेक क्षेत्रांमध्ये उमटले असते. परिस्थिती अतिशय गंभीर आणि नाजूक होती. म्हणून तर अमृतरावांनी घाईघाईनं कौशिकांना गाठून इथं आणलं होतं. खरंतर कमिशनरांनीच त्यांना तशी सूचना दिली होती. हवं असल्यास आपण कौशिकांशी प्रत्यक्ष बोलू असंही सांगितलं होतं. त्याची गरज भासणार नाही असं आश्वासन त्यांना देत अमृतराव कौशिकांच्या दारात हजर झाले होते.

कौशिकांनी आपला पाइप खिशातून काढून तोंडात धरला. त्यात तंबाखू ठासून भरला होता. त्याचा सुगंध अमृतरावांच्या नाकपुड्यांना चाळवून गेला. खिशातून लायटर काढून कौशिक तो पेटवणार तोच अमृतरावांनी त्यांच्या कोटाची बाही खेचून त्यांना आपण कुठं आहोत याची जाणीव करून दिली. आपण इस्पितळात आहोत हे ध्यानात येताच कौशिकांनी आपला लायटर परत खिशात ठेवून दिला. पण न पेटवलेला पाइप चोखत-चोखतच ते चालू लागले. त्यांचं विचारचक्र सुरू झाल्याची ती खूण होती. काही न बोलता अमृतराव त्यांच्याबरोबर चालू लागले. तेही आपल्या विचारात गुरफटून गेले होते.

ज्याच्यावर हल्ला झाला तो शुद्धीवर असूनही काहीही आणखी मोलाची माहिती देऊ शकेल, अशी शक्यता नव्हती हे अमृतराव समजून चुकले होते. जोवर प्राध्यापक बोस परत आपल्या खुर्चीत बसत नाहीत आणि त्या कॉम्प्युटर-स्पीच सिंथसायझरशी कनेक्ट होत नाहीत तोवर त्यांच्याकडून काहीही माहिती मिळणं

शक्य नव्हतं. शिवाय झालेला हल्ला काळोखात झाला होता. ते असहायपणे पडून असताना झाला होता. तो झाला त्या वेळी आपल्या शरीराला जखम होते आहे याची जाणीव तरी त्यांना झाली होती का याची शंका होती. त्यांच्या मेंदूनं त्यांच्या शरीराशी असलेलं नातं जवळजवळ तोडल्यागतच परिस्थिती होती. तेव्हा शरीराला होत असणाऱ्या जखमांची नोंद तरी त्यांच्या मेंदूनं घेतली होती का हे सांगणं कठीण होतं. आणि घेतली असली तरी त्यावरची काहीही प्रतिक्रिया व्यक्त करणं, त्या मेंदूला अशक्य होतं. त्याचा प्रतिकार करणं बोसांच्या शरीराला शक्य नव्हतं. नुसता आरडाओरडा करून इतरांना त्याची दखल घ्यायला भाग पाडणंही त्यांना शक्य नव्हतं. तेव्हा त्यांच्याकडून आणखी काही माहिती मिळण्याची शक्यता तशी नगण्यच होती.

"मिसेस बोस!" अकस्मात त्यांच्या कानापाशी झालेल्या त्या आवाजानं अमृतराव दचकले. आपल्या तंद्रीतून जागे झाले. कौशिक आपला पाइप त्यांच्यावर रोखून दटावल्यासारख्या आवाजात म्हणत होते, "मिसेस बोस!"

"त्यांचं काय?"

"प्राध्यापक बोसांना हल्ला होताना कळलं नसेल. कळूनही काही करता येणं त्यांना अशक्य होतं. पण मिसेस बोस त्या वेळी त्यांच्या शेजारीच असल्या पाहिजेत. त्यांना त्याची जाणीव त्याच वेळी का झाली नाही? कारण तशी झाली असती तर रात्रीच त्यांनी गेस्ट हाउसच्या मॅनेजरला उठवलं असतं. सकाळ होईपर्यंत त्या थांबल्या नसत्या. का त्यांनाही काही गुंगीचं औषध दिलं गेलं होतं? शिवाय त्या शेजारी असताना हल्ला फक्त बोसांवरच झाला होता. मिसेस बोसांच्या केसालाही धक्का लावला गेलेला नाही. म्हणजे हल्लेखोराचं लक्ष्य फक्त प्राध्यापक बोसच होते. आपल्याला हल्ला झाला त्या ठिकाणी गेलं पाहिजे अमृतराव. आणि मिसेस बोसांनाही गाठलं पाहिजे. त्यांच्याकडूनच आपल्याला अधिक माहिती मिळण्याची शक्यता आहे."

"अगदी माझ्या मनातलं बोललात. मीही तोच विचार करत होतो. नाहीतरी इथं हॉस्पिटलमध्ये थांबण्यात फारसा अर्थ नाही. तेव्हा आता आपण इन्स्टिट्युट ऑफ सायन्सच्या गेस्ट हाउसकडेच जाऊ या. तिथला मॅनेजर, बोसांच्या स्वीटची देखभाल करणारा तिथला वेटर यांच्याशीही बोललं पाहिजे."

"आणि डॉ. माजगावकर. त्यांनाही विसरू नका. त्यांनीच पोलिसांना कळवलं ना प्रथम."

"हो. म्हणजे डॉ. बिलिमोरियांनी तसा आग्रहच धरला. त्यांनी माजगावकरांना स्पष्टच सांगितलं की, आम्ही ट्रीटमेन्ट ताबडतोब सुरू करतो, पण ही मेडिकोलीगल केस असल्यामुळे पोलिसांना ताबडतोब कळवलं पाहिजे. माजगावकरांनी कळवलं नसतं तर स्वतः बिलिमोरियांनीच तसं केलं असतं. माजगावकर जरा रिलक्टन्ट होते.

या सगळ्याचा अनिष्ट परिणाम इन्स्टिट्युटच्या रेप्युटेशनवर झाला असता. ते त्यांना टाळायचं होतं. पण कमिशनरांनी त्यांना तसं आश्वासन दिल्यानंतर त्यांनाही अनमान करण्याचं कारण उरलं नाही.''

त्यानंतर गाडी इन्स्टिट्युटमध्ये पोचेपर्यंत परत कौशिक काहीच बोलले नाहीत.

इन्स्टिट्युटचं आवार मन उल्हसित करणारं होतं. इमारत तीन मजलीच होती. तिचं आर्किटेक्चर आधुनिक आणि पारंपरिक यांची सांगड घालणारं होतं. इमारतीच्या सभोवती उत्तम निगराणीच्या बागा आणि हिरवळी होत्या. प्रसन्न मनानं आजूबाजूच्या विकृत जगाला विसरून ज्ञानसाधनेत मग्न होता, यावं असंच वातावरण होतं. त्यावरच हल्लेखोरानं वार करण्याचा प्रयत्न केला होता. निरोगी देहात एखाद्या विखारी विषाणूनं प्रवेश करण्याचा प्रयत्न करावा तशीच ही परिस्थिती होती असं कौशिकांना वाटल्यावाचून राहिलं नाही.

गेस्ट हाउसही इन्स्टिट्युटच्या जागतिक ख्यातीला साजेसं होतं. तिथल्या पाहुण्यांना कशाचीही उणीव भासू नये अशी व्यवस्था केली गेली होती. एखाद्या फाइव्ह स्टार हॉटेलमध्येही यापेक्षा जास्त सोयी असतील की काय, याची शंकाच होती. मात्र त्या हॉटेल्सचा भपका इथं नव्हता. साधं सोज्वळ वातावरण होतं.

कौशिकांनी मॅनेजरच्या ऑफिसकडे मोहरा वळवला. त्यांना आणि अमृतरावांना पाहताच तो उठून पुढे आला. अमृतरावांनी आपली ओळख करून देताच तो गडबडल्यासारखा झाला. आपली यात काहीच चूक नाही असं सांगण्याचा प्रयत्न करू लागला. एअरकंडिशन्ड ऑफिसमध्येही त्याला घाम फुटला होता.

''रिलॅक्स, यंग मॅन रिलॅक्स!'' त्याच्या खांद्यावर थोपटत कौशिक म्हणाले. ''पाणी! त्या ग्लासात पाणीच आहे ना? मग पिऊन टाक ते.''

ते काय बोलताहेत हेच प्रथम त्या मॅनेजरला कळेना. त्यांनी बोटानं दाखवलेल्या दिशेकडे नजर वळवताच त्याला तिथं पाण्यानं भरलेला ग्लास दिसला. पडत्या फळाची आज्ञा घेत त्यानं तो उचलला आणि घटाघटा सगळं पाणी पिऊन टाकलं. खिशातून रुमाल काढून आपला घाम पुसला.

''दॅट्स बेटर. आता मला सांग, प्राध्यापक बोसांवर जो हल्ला झाला तो इथंच म्हणजे या गेस्ट हाउसमध्येच झाला ना?''

न बोलता मान हलवूनच मॅनेजरनं होकार दिला.

''मग इथं नेमकं काय-काय झालं हे समजून घेण्यासाठीच आम्ही इथं आलो आहोत. तेव्हा तुला विनाकारण गांगरून जायचं कारणच नाही. आम्ही तुला काही प्रश्न विचारणार आहोत. झालंच तर बोसांच्या रूमअटेन्डन्टशीही बोलायचं आहे आम्हाला. त्यांच्या खोलीत आणखी कोणकोण गेलं असेल त्या सगळ्यांशी बोलायचंय आम्हाला. झालंच तर त्यांच्या खोलीत....''

"खोलीत नाही सर. स्वीटमध्ये. प्रोफेसरांना आमचा बेस्ट स्वीट दिलाय."

"ऑल राइट, स्वीट." त्याच्या सांगण्याची गंमत वाटून हसत कौशिक म्हणाले, "तर त्यांच्या या स्वीटच्या शेजारच्या स्वीटमध्ये किंवा खोल्यांमध्ये कोण कोण राहतंय त्यांच्याशीही थोड्या गप्पा मारल्या असत्या आम्ही."

"हो, बरोबर." त्यांना दुजोरा देत अमृतराव म्हणाले. "पण मला एक सांग या मंडळींशी बोलण्यासाठी आम्ही कुठं बसावं? याच तुझ्या ऑफिसमध्ये बसलो तर चालेल? पण त्यामुळे कदाचित तुला तुझं काम नाही करता यायचं. दुसरीकडे कुठं..."

"एक कमिटी रूम आहे सर इथं. तिथं बसता येईल तुम्हाला. राउन्ड टेबलही आहे तिथं. झालंच तर कम्प्युटर, प्रोजेक्टर, टीव्ही वगैरेही सगळी व्यवस्था आहे. गेस्ट हाउस वायफाय असल्यामुळे तुम्हाला कुठूनही इंटरनेटचं कनेक्शनही मिळू शकतं."

"एक्सलंट! तर मग चल त्या कमिटी रूमकडेच जाऊ या."

"किती रूम्स आहेत इथं?" कमिटीरूमकडे जाता-जाता अमृतरावांनी विचारलं.

"साठ रूम्स आहेत आणि चार स्वीट."

"इथं कोण-कोण राहतं?"

"बहुतेक सगळे गेस्ट्सच असतात. डोमेस्टिक तसं इंटरनॅशनल. काही दोन-तीन दिवसांसाठीच असतात. काही कमिटी मीटिंगसाठी आलेले पाहुणे तर एक दिवसच असतात. सकाळी येऊन रात्री निघून जातात. पण काही पाहुणे एखाद्या प्रोजेक्टसाठी आलेले असतात. ते दोन-तीन महिनेही राहतात. कधी-कधी सीनिअर पोझिशनवर कोणीतरी इन्स्टिट्युट जॉइन करायला येतो. मग त्याची राहण्याची नीट व्यवस्था होईपर्यंत तोही दोन-तीन महिने राहतो. त्याच्याबरोबर त्याची फॅमिली असली तर मग त्याला आम्ही स्वीट देतो."

"आय सी! आणि सध्या किती जण आहेत?"

"सध्या तसे फार कोणी नाहीत. शॉर्ट टर्म व्हिजिटर्स असतील दहा-पंधरा. प्रोफेसरांसारखे लॉन्ग टर्म व्हिजिटर आणखी एकच जण आहेत. ते जर्मनीहून आलेले आहेत. तेही स्वीटमध्ये आहेत. तो दुसऱ्या टोकाला आहे."

"मग प्राध्यापक बोसांच्या शेजारी कोण-कोण आहे?"

"कोणीच नाही. एक तर सगळे स्वीट असे एकेका टोकाला आहेत. अधिक शांतता मिळावी हा उद्देश तर आहेच. पण स्वीटमध्ये फॅमिली असताना मुलं असतील तर इतरांना त्यांचा त्रास होऊ नये अशासाठीही ही व्यवस्था आहे. तशा या स्वीटशेजारी काही खोल्या आहेत. पण प्रोफेसरांची पोझिशन आणि त्यांची, त्यांची...."

"कंडिशन?" त्याला वाटणाऱ्या पेचातून त्याची सुटका करत कौशिकांनी विचारलं.

"हो. त्यांना हा स्वीट देताना बाजूच्या खोल्या मोकळ्याच ठेवायचं ठरवलं होतं आम्ही."

"आम्ही?"

"म्हणजे मी आणि डायरेक्टरांनी. त्यांनीच सर्व व्यवस्था चोख असल्याची खात्री करून घेतली होती."

तोवर सगळे जण कमिटी रूममध्ये पोचले होते.

सगळे जण बसल्यावर अमृतरावांनी सुरुवात केली.

"आज सकाळी नेमकं काय-काय घडलं हे सांगू शकाल?"

"मी नेहमीप्रमाणे सात वाजताच माझ्या ऑफिसात हजर झालो होतो. सव्वा-सातच्या सुमाराला माझा फोन वाजला. तो मिसेस बोसनी केला होता. त्या अतिशय एक्साइटेड झालेल्या होत्या. जवळजवळ किंचाळत होत्या. मधूनच हुंदके देत होत्या. मी फोन खाली ठेवून ताबडतोब त्यांच्या स्वीटकडे धावलो. त्या मला दारातच भेटल्या. त्या जे काही सांगू पाहत होत्या ते असंबद्ध वाटत होतं. मी त्यांना शांत व्हायला आणि व्यवस्थित सांगायची विनंती केली. तर त्यांनी मला हाताला धरून जवळजवळ खेचतच आतल्या बेडरूममध्ये नेलं. तिथं प्रोफेसर बोस आपल्या बेडमध्येच पडले होते. त्यांच्या अंगावर तीन-चार भोसकल्याच्या जखमा होत्या. त्यांच्यामधून रक्त वाहत होतं. खालच्या चादरीवरही रक्त होतं. मलाही थोडा वेळ काय करावं हे कळेना. डायरेक्टर आता काय म्हणतील याची भीती मला वाटायला लागली. पण मी तिथूनच फोन करून त्यांना माहिती दिली. तोवर आमच्या इन्स्टिट्युटच्या डॉक्टरांनाही निरोप देऊन त्यांना बोलावून घेतलं."

"म्हणजे इन्स्टिट्युटमध्ये मेडिकल फॅसिलिटीही आहे?"

"डिस्पेन्सरी आहे आणि एक पार्ट टाइम डॉक्टर आहेत. ते तीन तास येतात. इन्स्टिट्युटची रेसिडेन्शियल कॉलनीही जवळच आहे. तिथंच ही डिस्पेन्सरी आहे. पण काही मेजर प्रॉब्लेम असेल, तर मात्र हॉस्पिटलमध्येच जावं लागतं. धन्वंतरी हॉस्पिटलबरोबर आमची अरेन्जमेन्ट आहे."

"म्हणजे आता बोसांना जिथं ॲडमिट केलं आहे तेच हॉस्पिटलं?"

"तेच. तर मी डॉक्टरांनाही बोलावलं. ते आणि डायरेक्टर जवळजवळ एकाच वेळी पोचले. मी त्यांना काय-काय झालं याची कल्पना दिली. मग त्यांनी सर्व सूत्रं हाती घेतली. आणि मी परत माझ्या ऑफिसात गेलो."

"तुम्ही इथं आलात तेव्हा इथं तुम्हाला काही विशेष दिसलं? बाहेरचं कोणीतरी तिथं येऊन गेल्याच्या काही खुणा दिसल्या?"

''नाही. खरं सांगायचं सर तर मी गोंधळून गेलो होतो. अजूनही थोडाफार गोंधळलेलाच आहे. असं आजवर या गेस्टहाउसमध्ये कधीच झालं नव्हतं. कधी असा प्रकार होईल, याची कल्पनाच आम्ही केलेली नव्हती. यापूर्वी काही भुरट्या चोऱ्या झाल्या होत्या. कोणाचं घड्याळ मारलं गेलं होतं. कोणाचं पाकीट. पण त्या वेळी क्लीनिंग किंवा अटेडिंग स्टाफपैकीच कोणीतरी त्याला जबाबदार होतं. आम्ही त्याला पकडलंही होतं. त्याच्याकडून त्या वस्तू परत मिळवल्या होत्या. आणि त्यांना ताबडतोब कामावरून कमी केलं होतं.''

''पोलिसांकडे तक्रारी केल्या होत्या?''

''नाही. त्या त्या गेस्टचीही तयारी नव्हती. त्यांना आपली वस्तू परत मिळाली होती. तेव्हा मग त्यांनाही मामला वाढवायचा नव्हता.''

''बाहेरचा कोणीतरी रात्रीच्या वेळी एखाद्या खोलीत किंवा स्वीटमध्ये घुसण्याची शक्यता किती आहे?''

''फार थोडी आहे सर. तशी आमची सिक्युरिटी चांगली आहे. बाहेरचं फाटक नेहमीच बंद असतं. इन्स्टिट्युटची किंवा ओळखीची गाडी आली तरच आत सोडलं जातं. टॅक्सी बाहेरच थांबवावी लागते. आणि मग तिथल्या गार्डरूममध्ये ठेवलेल्या रोस्टरवर एन्ट्री केल्यानंतरच आत येता येतं. दिवसाही हीच व्यवस्था आहे. रात्री तर फक्त आमच्या गेस्टनाच आत सोडलं जातं. त्यासाठी त्यांना एक टेम्पररी आयडी कार्डही देतो आम्ही.''

''पण गेटमधून न येता कम्पाउन्ड वॉलवरून उडी मारून कोणी आत आलं तर?''

''तसं आमचं फेन्स चांगलंच उंच आहे. त्यावर झाडंही आहेत. तिथून चढून आणि उडी मारून आत येणं कठीण आहे.''

''पण अशक्य नाही.''

''तरीही तसं कोणी आत आलं तरी त्याला बिल्डिंगमध्ये शिरता येणार नाही. कारण मेनगेटही रात्री बंद असतं. ते उघडण्यासाठी त्या गेस्ट आयडी कार्डाचा वापर करावा लागतो. ते इलेक्ट्रॉनिक आहे. आणि ते स्वाइप केल्याशिवाय गेट उघडतच नाही. मलाही यायचं झालं तरी माझं कार्ड स्वाइप करावं लागतं. हे पहा कार्ड.''

त्या मॅनेजरनं आपलं कार्ड दाखवलं. एखाद्या क्रेडिट कार्डासारखं किंवा एटीएम कार्डासारखं ते होतं. त्यावर एक मॅग्नेटिक स्ट्रिप होती. तिच्यावरचं इलेक्ट्रॉनिक कोड ते गेट कंट्रोल करत होतं. बाहेरच्या अनोळखी व्यक्तीला गेटमधून आत शिरणं शक्य नाही याबद्दल अमृतरावांची आणि कौशिकांची खात्री पटली होती.

''पण खोलीच्या खिडकीतून आत शिरता येत असेल ना?''

“नाही. कारण प्रत्येक खिडकीला ग्रिल आहेत लोखंडी. त्या तोडून आत यायचं तर बराच वेळही लागेल आणि आवाजही होईल. त्या आवाजानं आतल्या गेस्टना तर जाग येईलच. पण वॉचमनलाही त्याची खबर लागेल.”

“म्हणजे थोडक्यात प्रोफेसर बोस यांच्यावर हल्ला करणारी व्यक्ती कोणीतरी गेस्टहाउसमधलीच होती, असं म्हणायचंय तुम्हाला?”

आपण दिलेल्या सरळसरळ आणि प्रामाणिक उत्तरांचा हा अर्थ होतो, हे त्या बिचाऱ्या मॅनेजरच्या ध्यानातही आलं नव्हतं. कौशिकांनी ती शक्यता त्याला दाखवून देताच तो मटकन खुर्चीतच बसला. त्याला परत घाम फुटायला लागला होता. ते पाहून कौशिक हसले आणि म्हणाले,

“रिलॅक्स! डोन्ट वरी. पण मी म्हणतो तीच शक्यता दिसते ना एकंदरीत? कारण बाहेरचं कोणी येण्याची शक्यता फारच कमी आहे, असं तुम्ही म्हणालात आणि मला ते बरोबरही वाटतंय. याचा अर्थ आतल्याच कोणीतरी प्रोफेसरांवर हल्ला केला असला पाहिजे असाच निष्कर्ष निघतो, खरं ना?”

यावर वेंधळेपणानं आपली मान हलवण्यावाचून त्या मॅनेजरला गत्यंतरच उरलं नाही. त्याला तिथून जाण्याची परवानगी दिल्याबरोबर तो घाईघाईनं तिथून जायला निघाला. तो दारापर्यंत पोचतो न पोचतो तोच परत कौशिक म्हणाले, “जस्ट अ मिनिट, तुमच्या इन्स्टिट्युटच्या डॉक्टरांनी प्रोफेसरांना पहिल्यांदा तपासलं असं म्हणालात ना तुम्ही?”

“हो, हो!”

“मग आता कुठं भेटतील ते? आम्हाला त्यांच्याशी बोलायचं आहे.”

“त्यांची वेळ संपून गेलीय. त्यामुळे ते आता डिस्पेन्सरीमधून गेले असतील.” घड्याळात पाहत तो म्हणाला. “पण त्यांना तुमचा निरोप देतो. ते येऊ शकतील. डायरेक्टरांनी त्यांना तसं सांगितलं तर मग प्रश्नच राहणार नाही.”

“यू आर राइट. शिवाय तुमच्या डायरेक्टरांशीही थोडं बोलायचं आहेच आम्हाला. तेव्हा त्यांनाही निरोप द्या. ते इथं येऊ शकतील तर उत्तमच. नाही तर आम्ही त्यांच्या ऑफिसमध्ये जाऊ शकतो. काय कौशिक?”

“ऑफ कोर्स! त्यांना इथं येण्याची तसदी कशाला द्यायची?”

“मी कळवतो त्यांना. मग तेच काय ते सांगतील तुम्हाला. तो पलीकडे फोन आहे. त्यावर त्यांचा मेसेज मिळेल कदाचित.”

“जाता-जाता बोसांच्या स्वीटच्या अटेन्डन्टलाही पाठवून द्या. त्याच्याही बरोबर थोडं बोललं पाहिजे.”

त्यावर मान हलवतच तो तिथून निघून गेला. तो अटेन्डन्ट येईपर्यंत कोणीच काही बोललं नाही. दोघंही आपापल्या स्वतंत्र विचारात गुरफटून गेले होते. त्या

अटेन्डन्टकडूनही काही जास्त माहिती मिळाली नाही. काल रात्री पाण्याचा जग ठेवून सकाळचा चहा केव्हा हवा एवढं विचारायला आपण साडेदहाला गेलो होतो. त्या वेळी प्रोफेसर आणि मिसेस बोस नुकतेच परत आले होते. दोघंही बेडरूममध्ये होते पण त्यांनी आपले कपडे अजून बदलले नव्हते. सकाळचा चहा आपल्याला नको, आपण सरळ ब्रेकफास्टच घेऊ असं त्यांनी सांगितल्यामुळे सकाळी त्यांच्या रूमवर जाण्याचा प्रश्नच आला नाही. नंतरही मॅनेजरसाहेब, डायरेक्टरसाहेब, डॉक्टर, ॲम्ब्युलन्स वगैरे आल्यामुळे आपण त्या स्वीटमध्ये डोकावलोही नाही. फक्त ते गेल्यावर बिछाना बदलायला गेलो होतो. त्या वेळी चादरीवर रक्त पाहिलं आणि आपण चक्रावूनच गेलो असं त्या अटेन्डन्टनं सांगितलं. त्याची जबानी संपण्यापूर्वीच डॉ. माजगावकर हजर झाले. त्याबरोबर त्या अटेन्डन्टला जायला सांगून अमृतराव माजगावकरांच्या स्वागताला पुढे झाले.

"आय ॲम सॉरी, डॉक्टर. तुम्ही किती स्ट्रेसखाली असाल याची कल्पना आहे मला. तरीही तुमच्याशी काही बोलणं जरुरीचं वाटलं म्हणूनच तुम्हाला तसदी दिली. पण आम्ही तुमच्या ऑफिसात आलो असतो."

"थॅंक्यू फॉर दॅट! पण मी मुद्दामहूनच इथं आलो. तिथं तुम्ही आला असतात, तर इन्स्टिट्युटभर चर्चा सुरू झाली असती. पोलीस कशाला आले म्हणून. अजूनही ही बातमी फार पसरलेली नाही. प्रोफेसर बोसांसारख्या व्यक्तीवर असा हल्ला व्हावा याचं वाईट वाटतंच आहे मला. त्यांच्या प्रकृतीत सुधारणा होतेय आणि त्यांना आराम पडतोय हे ऐकून आय वॉज व्हेरी मच रिलीव्हड. पण आमच्या इन्स्टिट्युटमध्ये ते असताना हा प्रकार व्हावा, हे इन्स्टिट्युटच्या इभ्रतीला काळिमा लावणारं आहे. परत कोणी पाऊल ठेवणार नाही इथं."

"डोन्ट वरी डॉक्टर. सगळी चौकशी शक्य तितकी गुपचूप पार पाडण्याचाच आमचा इरादा आहे. आम्हालाही तुमच्या इन्स्टिट्युटच्या आणि पर्यायानं देशाच्या इभ्रतीची काळजी आहे. म्हणून तर मी स्वतः आलोय आणि माझ्याबरोबर इतर कोणा ऑफिसरला आणण्याऐवजी डॉ. कौशिकांना घेऊन आलोय. तुम्ही ओळखत असालच, यांना?"

"ओ ह आय ॲम इव्हन मोअर रिलीव्हड. ते तसे आमच्यातलेच आहेत. प्रत्यक्ष गाठ पडली नव्हती आजवर. आणि आज पडली ती अशा परिस्थितीत. बट आय ॲम व्हेरी ग्लॅड टू सी यू, आय मीन इट."

"सकाळी तुम्हाला निरोप मिळताच तुम्ही इथं आलात तेव्हा काही अनयुज्वल पाहिलंत का तुम्ही?"

"खरं सांगू, मी अतिशय भांबावलो होतो आणि प्रोफेसर बोसांना ताबडतोब औषधोपचार मिळवून देण्यातच गुंतलो होतो. त्यामुळे मी इतर गोष्टींवर फारसं लक्षच

दिलं नाही. मिसेस बोसांना धीर देण्याचंही काम होतंच. त्या बिचाऱ्या अतिशय घाबरलेल्या होत्या. एकसारख्या रडतच होत्या. आमच्या डॉक्टरांना बोलावून बोसांना हॉस्पिटलमध्ये हलवल्यानंतर मीही तिथंच गेलो. तिथल्या डॉक्टरांना एकंदर परिस्थितीची जाणीव करून दिल्यानंतर मी तुम्हाला फोन केला.''

''एक्स्क्यूज मी डॉक्टर, तुमच्या इन्स्टिट्युटमध्ये प्रोफेसर बोसांच्याच क्षेत्रात काही काम चालत असेलच.''

''हो, त्या क्षेत्रामध्ये डॉ. विश्वनाथन काम करताहेत. या क्षेत्रात त्यांचाही नावलौकीक चांगला आहे. बोसांएवढं नाही पण त्यांचंही बरंच नाव झालं आहे. त्यांचा ग्रुपच यावर काम करतो आहे. काही अतिशय हुशार विद्यार्थीही आहेत.''

''बट इझ ही अॅग्री वुईथ प्रोफेसर बोसेस हायपोथिकेशन.''

''म्हणजे? मी नाही समजलो.''

''प्रोफेसर बोस यांच्या सिद्धान्तानुसार आपला मेंदू किंवा आपली चेतासंस्था म्हणजे आपला आत्मा आहे. आणि आपलं शरीर म्हणजे या आत्म्याचा केवळ पेहराव, गीतेतल्या त्या श्लोकानुसार आत्म्याला बळ देणं एवढंच शरीराचं काम. ते करता यावं यासाठी शरीराची जी काही निगराणी करायला हवी तेवढी करावी. एरवी शरीर निरर्थक असंच काहीसं त्यांचं म्हणणं असावं असा कालच्या त्यांच्या व्याख्यानावरून माझा समज झाला आहे. अर्थात आय कुड बी टोटली रॉन्ग.''

''नाही, तुमचा समज तसा बरोबरच आहे. माझीही तीच प्रतिक्रिया झाली आहे.''

''पण हा सिद्धान्त तसा अजूनही कॉन्ट्रव्हर्शियल आहे. अजून तो सगळ्यांना मान्य झालेला नाही. तुमच्या डॉ. विश्वनाथन यांचं काय म्हणणं आहे?''

''ते तेच सांगू शकतील. पण अॅज ए सायन्टिफिक लेमन मला वाटतं की, विशी हॅज अॅन आल्टरनेटिव्ह हायपॉथिसिस. त्यांचंच एक डिबेट घडवून आणायचंय आम्हाला.''

''खरंच! आय वुड बी लुकिंग फॉर्वर्ड टू इट. थँक्यू डॉक्टर!''

त्या दोघांचं हे बोलणं होत असताना अमृतराव फार अस्वस्थ झाले होते.

इथं आपण बोसांवरच्या हल्ल्यासंबंधी चौकशी करायला आलो आहोत. अशा वेळेला ही वैज्ञानिक चर्चा करण्याची काही आवश्यकता होती का? या कौशिकांची ही खोड काही सुटत नाही. भलत्या वेळी कोणत्यातरी वैज्ञानिक बाबीची भूल पडते आणि मग तिच्यापाठोपाठ फरपटत जाताना मूळ प्रश्नाचा विसर पडतो यांना. डॉक्टर माजगावकरांना काय वाटलं असेल!

माजगावकरांनाही कौशिकांनी या वेळी हा विषय का काढावा, हे समजलं नव्हतं. पण त्यावर काहीही भाष्य न करता ते निघून गेले. अमृतरावांना मात्र राहवलं नाही. त्यांनी विचारलंच,

"हा विषय कशासाठी काढलात कौशिक? त्या विश्वनाथनचा काय संबंध या प्रकरणाशी?"

"नसेलही. पण हे वैज्ञानिक म्हणजे कोणी विकारहीन ऋषिमुनी असतात असं नका समजू. त्यांच्यातही प्रोफेशनल जेलसीज असतात. आणि काही वेळा ते भयानक रूपही धारण करतात."

"म्हणजे त्या विश्वनाथननी हा हल्ला केला असं म्हणायचंय का तुम्हाला?"

"तुम्ही म्हणजे अमृतराव एक घाव दोन तुकडे. तसं नसेलही. पण तुमचंच एक सूत्र आहे ना की जोवर काही ठाम पुरावा मिळत नाही, तोवर सगळेच संशयित असतात. कोणत्याही धाग्याच्या मुळापर्यंत गेल्याशिवाय तो गुंतलेला नाही, हे सांगता येत नाही. तेव्हा हाही एक धागा असल्याचं मी सूचित केलं इतकंच. पण बाकी तुम्ही तो ताबडतोब पकडलात हे मात्र खरं. आता तुम्ही त्याचा मागोवा घेतल्याशिवाय राहणार नाही, हे दिसतंच आहे मला."

तेवढ्यात डॉक्टर पळसुले आले आणि त्या दोघांची ती चर्चा तेवढ्यावरच थांबली.

"या डॉक्टर, बसा! तुम्हीच प्रोफेसर बोसांना पहिल्यांदा पाहिलंत ना?"

"हो. मीच त्यांना तपासलं. तसे ते स्टेबल होते. पण ब्लिडिंग झालं होतं बरंच. त्यामुळे ब्लड प्रेशरही खाली गेलं होतं. पण बाकी काही प्रॉब्लेम वाटला नाही. बाकी त्यांना आधीच इतके प्रॉब्लेम्स आहेत की –"

"एक्झॅक्ट्ली! त्यामुळेच त्यांच्या जिवाला धोका आहे, असं नाही वाटलं तुम्हाला?"

"नाही. परिस्थिती तेवढी नाजूक बनली आहे असं नाही मला वाटलं. तसे ते शुद्धीत होते. आता ते बोलूच शकत नसल्यामुळे ते काही सांगण्याच्या परिस्थितीतही नव्हते. पण त्यांच्या या परिस्थितीमुळे त्यांच्यावर कसे उपचार करावेत हे मला समजत नव्हतं. मी ब्लीडिंग थांबवण्यासाठी जे काही प्राथमिक उपचार करता येतील ते केले आणि त्यांना ताबडतोब हॉस्पिटलमध्ये हलवण्याची व्यवस्था केली. तिथंही त्यांना आयसीयूमध्ये ठेवेपर्यंत मी तिथं होतो. बेसिकली त्यांनीही जखमा धुऊन ब्लीडिंग थांवबलं. ड्रेसिंग करून त्यांना आयसीयू मध्ये हलवलं. आणखी ब्लीडिंग होऊ नये म्हणून हेपॅरिन वगैरे किंवा दुसरं काही द्यावं की काय हेही ते अमेरिकेहून त्यांचे रिपोर्ट आल्यानंतरच ठरवणार होते. आयव्ही ड्रिप मात्र त्यांनी लगेचच सुरू केलं. अशा इतर केसेसमध्ये सेडेटिव्ह दिलं गेलं असतं. पण त्यांची केसच वेगळी असल्यानं तेही त्या वेळी दिलं गेलं नाही. आतापर्यंत कदाचित ते रिपोर्ट आले असतील. त्यानंतर ट्रीटमेन्ट बदलली जाईल. खरंतर मी तिकडंच निघालो होतो. इतक्यात डायरेक्टरसाहेबांनी तुमचा निरोप कळवला. मग मी इकडं आलो."

''मग तुमचा जास्त वेळ घेणं योग्य नाही, डॉक्टर. तुम्हाला जायला हरकत नाही. कौशिकांना काही विचारायचं असलं तर –''

''एकच गोष्ट डॉक्टर,'' तोंडातला धुराचे भपकारे सोडणारा पाइप बाजूला करत कौशिक म्हणाले, ''प्रोफेसर बोसांना झालेल्या जखमा तुम्हीच प्रथम पाहिल्या असणार. कशा होत्या त्या?''

''कशा म्हणजे?''

''म्हणजे त्यांचं स्वरूप काय होतं? किती खोल होत्या त्या? किती जखमा होत्या? कुठं-कुठं झाल्या होत्या? वगैरे, वगैरे....''

''वेल. जखमा चार होत्या, तीन मेजर आणि एक मायनर. मेजर जखमाही तशा फार सीरियस नव्हत्या. सगळ्या तशा सुपरफिशियलच वाटत होत्या. पण त्यांच्या बाबतीत अशा सुपरफिशियल जखमाही सीरियस ठरू शकतात. त्यांच्या अंगावर मांस तसं फारसं नाहीच. त्यामुळे जखम वरवरची वाटली तरी आतल्या एखाद्या व्हायटल ऑर्गनला तिच्यामुळे धक्का बसलेला असू शकतो.''

''मग बसला होता का असा धक्का?''

''मलातरी तसं वाटलं नाही. हॉस्पिटलमध्ये गेल्यावर ते कन्फर्मही झालं. पण त्यांच्या छातीवरची एक जखम जरा खोलवर गेली होती. हार्ट थोडक्यात वाचलं होतं.''

''म्हणजे एक जखम छातीवर झाली होती. इतर?''

''छातीवर दोन होत्या. पण दुसरी उजव्या बाजूला होती. आणि बरगडीच्या वरच्या बाजूला झाली होती. तिथून ब्लीडिंगही कमी झालं होतं. एक जखम पोटावर साधारण बेंबीच्या वर होती. आणि एक डाव्या दंडावर झाली होती. ती छोटी होती.''

''या जखमा कोणत्या शस्त्रानं केल्या असतील असा अंदाज आहे तुमचा? म्हणजे चाकूनं, सुऱ्यानं, तलवारीनं की कातरीच्या पात्यानं?''

''हं, ती बाब जरा पिक्युलियर होती. तशा या प्रकारच्या इन्स्ट्रुमेन्टनं केलेल्या जखमा मी पाहिल्या आहेत. तशा या वाटल्या नाहीत. त्या फारशा रुंद नव्हत्या. आणि शस्त्र तसं बुलन्ट असावं, फारसं टोकदार नसावं असं वाटलं मला.''

''मी मगाशी जी यादी दिली त्यातलं शस्त्र नसेल, तर दुसरं कोणतं असू शकेल?''

''तेच समजत नाहीय मला.''

''त्यांचं शरीर तसं नाजूक असल्यामुळे इतरांना ज्यापासून इजा होणार नाही अशा एखाद्या वस्तूमुळे त्यांना जखम होण्याची शक्यता आहे ना डॉक्टर?''

''हो, तसं एखादं धारदार प्लास्टिकचं कार्डसुद्धा त्यांच्या शरीराला जखम करू शकतं.''

"मग असंच एखादं कार्ड? किंवा पेपर कटर? किंवा अलीकडे विमानात देतात तशी प्लास्टिकची सुरी?"

"पेपर कटरनं तशा जखमा होणं शक्य आहे."

"आणखी एकच बाब. या जखमा कशा होत्या? म्हणजे त्या वरून खाली जाणाऱ्या होत्या? की सरळ-सरळ समोरून घाव घातल्यावर होतील तशा होत्या?"

"ती आणखी एक चमत्कारिक बाब आहे. आता तुम्ही बोललात म्हणून आठवलं. त्या अशा खालून वर केल्यासारख्या होत्या. म्हणजे समजा हल्ला करणारी व्यक्ती तुमच्यापेक्षा बुटकी असेल तर त्यानं केल्यावर होतील अशा जखमा होत्या."

"थँक्यू डॉक्टर, बराच वेळ घेतला तुमचा. हॉस्पिटलमध्ये चालला आहात ना? तिथं आणखी काही समजलं तर कळवालच आम्हाला."

"ऑफ कोर्स, सर!"

"काय वाटतं तुम्हाला कौशिक? मी तर गोंधळूनच गेलो आहे. त्यांच्यावर हल्ला झाला तो ते बिछान्यात असताना. मग जखमा खालून वर जाणाऱ्या कशा झाल्या?"

यावर कौशिक काही बोलले नाहीत. त्यांच्या पाइपमधून मात्र घाईघाईनं धुराचे भलेमोठे लोट सुटत होते. त्यांच्या विचारचक्राला गती मिळाली होती.

"मिसेस बोस!" तोंडातला पाइप काढून अमृतरावांवर तो रोखत कौशिक म्हणाले. क्षणभर अमृतराव गडबडलेच.

"मिसेस बोस? त्यांनी हल्ला केला? कशावरून?"

"नाही. इथं आता आणखी काही माहिती मिळणार नाही आपल्याला. तेव्हा मिसेस बोसांनाच गाठलं पाहिजे. त्या बोसांच्या शेजारीच होत्या. मग त्यांना तो हल्ला होताना कसं समजलं नाही?"

"यू आर राइट! त्यांनाच विचारलं पाहिजे ते. चला!"

शर्मिला बोस नुकत्याच हॉस्पिटलमधून गेस्टहाउसवर परतल्या होत्या. अमर आयसीयूमध्ये असल्यामुळे तिथं थांबण्यात फारसा काहीच अर्थ नव्हता. शिवाय कन्डिशन स्टेबल असल्याचं आणि कोणत्याही प्रकारचा धोका नसल्याचं डॉक्टरांनी आश्वासन दिलं होतं. अमेरिकेहून त्याच्या प्रकृतीबद्दलचे महत्त्वाचे रिपोर्ट डॉक्टरांना मिळाल्यामुळे त्यांनी कॉन्फिडन्टली ती ट्रीटमेंट सुरू केली होती. ब्लड ट्रान्स्फ्युजनही सुरू केलं होतं. दोन दिवसात त्यांना डिस्चार्ज देता येईल, असा विश्वास डॉक्टरांना वाटत होता. त्यामुळे शर्मिला, डॉ. माजगावकर सगळेच बरेचसे रिलॅक्स झाले होते.

सकाळपासून शर्मिलाला स्वत:कडे लक्ष द्यायलाही वेळ मिळाला नव्हता.

आपण किती थकलो आहोत, याची जाणीव तिला पहिल्यांदाच झाली होती. तिनं ब्रेकफास्टही केला नव्हता. सकाळपासून काहीही खाल्लं नव्हतं. आता तिला भूक लागली होती. पण आपण मॅनेजरला सांगून काही खायला मागवलं तर ते बरं दिसेल का, याची तिला खात्री नव्हती. तिचं बरचसं आयुष्य अमेरिकेत गेलं असलं, तरी मूळ भारतीय संस्कार अजूनही टिकून होते. म्हणून तर आजवर अनेकदा वाटूनही तिनं अमरला सोडण्याचा विचार बाजूला सारला होता. इथल्या समाजात अशा प्रसंगी स्त्रीच्याच माथी साऱ्या दोषाचं खापर फोडलं जाईल, याची जाणीव तिला होती. अमेरिकेत त्याचं कोणालाच फारसं अप्रूप वाटलं नसतं. पण इथं त्यावर गहजब झाला असता आणि त्याचे परिणाम तिच्या इथल्या नातलगांवर झाले असते हे ती जाणून होती. खरंतर त्यांच्याशी आता तिचे फारसे संबंध राहिले नव्हते. पण अमरच्या कीर्तीमुळे आपला आणि त्याचा दूरचा का होईना संबंध आहे, हे दाखवण्यात बऱ्याच जणांना धन्यता वाटत असे. जोवर त्या परावर्तित प्रकाशवलयाचा फायदा होतो आहे, तोवर ही मंडळी त्याचा वापर करतील याविषयी तिला शंका नव्हती. पण परिस्थिती बदलली तर मात्र हीच मंडळी तिच्यावर आगपाखड करायला वेळ लावणार नाहीत हेही तिला माहिती होतं.

'कसला विचार करतो आहोत आपण? साधा भूक भागवायचा प्रश्न आणि त्याचे इतके लांब धागेदोरे आपण गुंफत बसलो आहोत! आपण भुकेलं राहिल्यानं अमर तर बरा होणार नाही ना! उलट आपलीच प्रकृतीही उपासमारीमुळे आणि दगदगीमुळे बिघडली तर परिस्थिती अधिकच चिघळेल, हा दौरा कॅन्सल करून अमेरिकेला परतावं लागेल. तसं झालं तर अमर आणखीच चिडेल. परत एकदा आपणच दोषी ठरू. ते काही नाही. काहीतरी खायला मागवायलाच हवं.'

निर्धारानं शर्मिलानं फोन उचलण्यासाठी हात पुढे केला तो त्याची घंटा वाजायला सुरुवात झाली.

शर्मिला एकदम दचकली. आपल्याला फोन करायचा आहे हे या फोनला कसं कळलं, असा काहीतरी विक्षिप्त विचार तिच्या मनात चमकून गेला. आपलं मन किती कमकुवत झालं आहे, याची परत एकदा तिला जाणीव झाली.

शांत होत तिनं चौथ्या घंटेनंतर फोन उचलला. मॅनेजरच बोलत होता.

"गुड आफ्टरनून मिसेस बोस. तुम्ही सकाळी ब्रेकफास्टही केला नव्हता. लंचही चुकला तुम्हाला. काही सॅन्डविच वगैरे पाठवून देऊ का?"

देवच पावला, शर्मिलाला वाटून गेलं.

"अं, अं, हो! आणि कॉफीही. जरा स्ट्रॉन्ग."

"ऑफ कोर्स मॅडम. पंधरा मिनिटांत पाठवतो. आणि हो, पोलीस कमिशनर अमृतराव मोहिते आले आहेत. त्यांना तुमच्याशी काही बोलायचंय. आता आलं तर

चालेल का, असं विचारताहेत किंवा तुम्हाला पाहिजे तर तुम्ही इथं कमिटी रूममध्ये येऊन त्यांना भेटू शकता. तुम्हाला हवी तशी व्यवस्था करता येईल.''

''खरंतर मी थकलेय. आताच बोललं पाहिजे का?''

मॅनेजरनं तिचा प्रश्न त्या पोलीस ऑफिसरला विचारला असावा. कारण थोडा वेळ फोनवर कोणीच बोललं नाही. मग परत मॅनेजरचा आवाज आला.

''सॉरी मॅडम, तसंच अर्जंट आहे असं म्हणताहेत ते. फार वेळ नाही घेणार असंही सांगितलं आहे त्यांनी.''

''ठीक आहे. पण एक दहा मिनिटांनंतर यायला सांगा. मी जरा फ्रेश होते.''

''ऑल राइट, मॅडम!''

पंधरा मिनिटांनी कॉफी आणि सॅन्डविच घेऊन अटेन्डन्ट आला. त्याच्या पाठोपाठ अमृतराव आणि कौशिकही पोचले.

''आय ॲम सॉरी टू इन्ट्रूड लाईक धिस मादाम, पण माझाही नाइलाज आहे. शिवाय प्रोफेसर बोसांवर कोणी हल्ला केला हे जितक्या लवकर आपल्याला शोधून काढता येईल, तितकं सर्वांच्याच दृष्टीनं अगत्याचं ठरणार आहे. आपण सावकाश नाश्ता करून घ्या. आम्ही थांबतो तोपर्यंत. वाटल्यास बाहेर थांबतो.''

''नको, नको, त्याची गरज नाही. तुम्ही इथंच थांबलात तरी हरकत नाही. इफ यू डोन्ट माइन्ड तुमच्या समोरच मी हे संपवते.''

शर्मिला आपलं खाणं संपवेपर्यंत दोघेही तिथंच समोरची मॅगेझिन्स चाळत बसून राहिले. कौशिकांचा हात वरचेवर आपल्या पाइपाकडे जात होता. पण आपण कुठं आहोत हे जाणून त्यांनी स्वत:वर ताबा ठेवला होता. पण मासिकाच्या आडून ते शर्मिलाचं बारकाईनं निरीक्षण करताहेत हे अमृतरावांच्या नजरेतून सुटलं नव्हतं.

कॉफीचा एक कप संपवून दुसरा तयार करायला शर्मिलानं सुरुवात केली तेव्हा आपण एकट्याच कॉफी पीत आहोत, हे तिच्या ध्यानात आलं.

''आय ॲम सॉरी! तुम्हाला मी विचारलंच नाही. हाउ रूड ऑफ मी. पण सकाळपासून माझं मन थाऱ्यावर नाही.''

''साहजिक आहे. तुमच्यावर काय प्रसंग गुदरलाय हे कळतंय आम्हाला. अवर सिम्पथीज मादाम.''

''थँक्यू कमिशनर.''

''अंहं! मी कमिशनर नाही, हे आहेत कमिशनर अमृतराव मोहिते.''

''आणि हे आमचे कन्सल्टंट डॉ. कौशिक. खरंतर तुम्हाला त्रास द्यावा अशी बिलकूल इच्छा नाही आमची. म्हणून सकाळपासून आम्ही इतरांकडेच चौकशी करतो आहोत. पण त्यातून या सगळ्या दु:खद प्रसंगाचे काही विलक्षण पैलू आमच्या ध्यानात आले आहेत. त्यातून काही प्रश्न उभे राहिले आहेत. त्यांचा

उलगडा, खुलासा तुम्हीच करू शकाल असं वाटल्यावरून आम्ही तुम्हाला तसदी द्यायला आलो आहोत.''

''मी समजू शकते. तुम्ही कामच करता आहात तुमचं. शिवाय आमची मदतच करता आहात. तेव्हा विचारा काय विचारायचंय ते.''

शर्मिला आता बरीच सावरली होती.

''साधारण किती वाजता प्रोफेसर बोसांवर हा हल्ला झाला?''

''कसं सांगणार? त्याची काहीच कल्पना नाही मला.''

''तुम्हाला ते केव्हा कळलं?''

''सकाळीच उठल्यानंतर. त्यानंतर ताबडतोब मी मॅनेजरला बोलावलं.''

''अच्छा! मॅडम, रात्री झोपताना तुम्ही तुमच्या स्वीटचा हा बाहेरचा दरवाजा बंद केला होता, नक्की आठवतंय तुम्हाला?''

''हो, नक्की! आम्ही कुठंही बाहेर असलो की मेन डोअर लॉक करायचा, चेनही लावायची याची सवयच झालीय आम्हाला. तसाच तो काल रात्रीही केला होता.''

''आणि खिडक्या? त्याही लावल्या होत्या?''

''त्या उघडलेल्याच नाहीत. कारण एसी चालू होता. काल सकाळी इथं पोचल्यानंतर आम्ही शॉवर वगैरे घेऊन फ्रेश होऊन थोडा वेळ झोपी गेलो होतो. जेट लॅग घालवायचा तो उत्तम उपाय असतो. लंचच्या सुमारास डॉ. माजगावकर आम्हाला घ्यायला आले होते. त्यांच्याबरोबर लंच, मग इतर सीनियर फॅकल्टीबरोबर ओळख, त्यानंतर संध्याकाळच्या लेक्चरची तयारी वगैरेमुळे आम्ही रात्रीच परत आलो. आम्ही इथं येण्यापूर्वीच इथला एसी चालू करून ठेवलेला होता. त्यामुळे खिडक्या उघडण्याचा प्रश्नच नव्हता.''

''म्हणजे तुम्ही हा दरवाजा उघडल्याशिवाय कोणी इथं आत येण्याचा प्रश्नच नव्हता, बरोबर?''

''हो!''

''मग हल्ला झाला कसा?''

''तेच तर कळत नाहीय.''

''रात्री कोणी आल्याचं तुम्हाला काहीच कळलं नाही? काही खुडबुड, काही कुजबुज, काही आवाज?''

''काहीच नाही. अजिबात नाही.''

''बरं तुम्हाला जेव्हा प्रोफेसर बोसांच्या अंगावर जखमा झाल्याचं समजलं त्या वेळी आसपास कुठं रक्ताचे डाग पडल्याचं काही दिसलं होतं का तुम्हाला?''

''माझं लक्ष गेलं नव्हतं कुठं. मी पार भांबावून गेले होते.''

"दॅट्स बट नॅचरल. पण काही चाकू, कात्री वगैरे इथं कुठं आसपास पडल्याचं दिसलं होतं का तुम्हाला?"

"नाही. मला काहीच सापडलं नाही. पण इथं डॉक्टर आल्यानंतर त्यांनी आणि मॅनेजरनंही सगळा स्वीट तपासून पाहिला. त्यांनाही काही दिसलं नाही."

"हा हल्ला कुणी केला असावा असं वाटतं तुम्हाला? म्हणजे कुणावर तुमचा संशय आहे का?"

"कुणावर असणार? आम्ही इथं कुणाला ओळखतही नाही. म्हणजे अमरला काही जणांची प्रोफेशनल माहिती असेलही. कदाचित त्यांचा काही पत्रव्यवहारही झाला असावा. पण बाकी तशी कुणाशीच आमची मैत्री नव्हती. दुश्मनी तर असण्याचा प्रश्नच नाही. तेव्हा उगीचच कुणावर कसा संशय घेऊ मी!"

अमृतरावांचे प्रश्न तसे संपत आले होते. आणि तरीही त्यांना काहीच क्लू मिळाला नव्हता. इतका वेळ इकडं-तिकडं फिरत असलेले कौशिक एकदम पुढे झाले आणि म्हणाले,

"पार्डन मी मादाम, पण रात्री झोपताना तुम्ही काही सेडेटिव्ह वगैरे घेता का? म्हणजे झोपेच्या गोळ्या वगैरे?"

"नाही!"

"कालच्यासारखी दिवसभर दगदग होऊन बराच थकवा आल्यानंतरही नाही?"

"नाही, त्याची गरजच लागली नाही कधी मला. शिवाय अशा थकव्यानंतर चांगलीच झोप लागते मला."

"कधी प्रोफेसरांना रात्री काही त्रास झाला तर ते उठवतात तुम्हाला?"

"नाही, अमर कसलीच हालचाल करू शकत नाही हे तुम्हाला ठाऊक असेलच."

"ऑफ कोर्स! म्हणूनच त्यांना त्यांच्यावर हल्ला होत असताना दुसऱ्या कोणालाही त्याची सूचना देणं जमलं नसणार. साधं ओरडताही आलं नसणार."

"हो ना! म्हणून तर सकाळपर्यंत ते कळलंच नाही."

"त्याचंच जरा नवल वाटतंय मला मॅडम. म्हणजे माफ करा, पण शेजारी असलेल्या आपल्या नवऱ्यावर कोणीतरी असा हल्ला करतो आहे. चार ठिकाणी भोसकतो आहे आणि त्याची साधी जाणीवही झाली नाही तुम्हाला? इजन्ट इट रादर स्ट्रेन्ज?"

"गाढ झोप लागली असेल त्यांना कौशिक." शर्मिलाची मदत करण्याच्या इराद्यानं अमृतराव म्हणाले.

"इतकी गाढ झोप? म्हणूनच मी विचारलं होतं की त्यांनी काही सेडेटिव्ह वगैरे घेतलं होतं का? किंवा रात्री झोपण्यापूर्वी तुम्ही इथून काही कॉफी वगैरे घेतली होती का? त्यात कदाचित...."

''नाही, काहीच घेतलं नव्हतं.''

''मग तुम्हाला इतक्या जवळ असूनही जाग कशी आली नाही याचंच आश्चर्य वाटतं आहे. तुम्हाला नाही वाटत?''

यावर काय बोलावं हे शर्मिलाला समजेना. या इसमानं आपल्याला कोंडीत पकडलं आहे हे तिच्या ध्यानात आलं होतं.

खरी गोष्ट सांगावी तर एक लाजिरवाणं गृहछिद्र परक्यांसमोर उघड करावं लागणार होतं. न सांगावी तर आपल्यावर संशय घेण्यासारखी परिस्थिती येत होती. उघड बोलले नाहीत ते तरी आपणच तर तो हल्ला केला नाही असंच विचारायचं आहे त्यांना. आपण तो हल्ला केला, नंतर ज्यानं केला तो चाकू, कातरी स्वच्छ पुसून परत जागच्या जागी ठेवून दिली आणि मग सकाळी इतरांना बोलावलं.

ती गप्पच बसलेली पाहून कौशिकांनीच परत विचारलं, ''प्रोफेसर असे असहाय असल्यामुळे रात्री त्यांना कशाची गरज आहे की काय हे पाहण्यासाठी मध्येच उठून त्यांची खबरबात घेण्याची सवय असेलच तुम्हाला?''

''हो म्हणजे तशी आहे. पण –''

''मग काल रात्री तुम्हाला मध्येच अशी जाग आली नव्हती?''

आता मात्र शर्मिला रडकुंडीलाच आली होती. हा इसम तिला सोडतच नव्हता. थोडाफार आक्रमक पवित्रा घेत तिनं विचारलं,

''तुम्हाला म्हणायचंय काय? मी रात्रभर ही बाब मुद्दामहून लपवून ठेवली? त्या वेळी मला त्याची कल्पना येऊनही मी गप्प बसले?''

''नाही तुमच्यावर कोणतेही असे आरोप करायचे नाहीत मला. पण या संबंधीची सखोल चौकशी करायची, हल्लेखोराला पकडायचं तर सगळी माहिती मिळायला हवी ना आम्हाला? ज्या गोष्टी विचित्र वाटतात त्यांच्याबद्दल संपूर्ण माहिती मिळवण्याची पराकाष्ठा आम्ही करायला हवी ना? म्हणूनच विचारतो आहे. त्यातून काही न सांगण्यासारखं असेल तर –''

कौशिकांनी मुद्दामच आपलं वाक्य अर्ध्यावर सोडलं. त्याचा परिणाम अधिक प्रभावी झाला असता याची खात्री होती त्यांना.

आणि तसं झालंही. आपण आता सांगितलं नाहीतरी हा गृहस्थ नंतर ते शोधून काढेलच. आणि त्यानंतर मग आपल्यावरचा त्याचा संशय अधिकच बळावेल असं तिला वाटू लागलं होतं.

आपल्या पर्समधून टिश्यू काढत तिनं आपलं नाक पुसलं. डोळे पुसले. चेहऱ्यावरून हात फिरवला आणि सावरून बसत ती म्हणाली.

''अमरवर हल्ला झाला तेव्हा मला ते समजलं नाही, कारण मी त्याच्या शेजारी नव्हते.''

त्यावर काहीही न बोलता अमृतराव आणि कौशिक यांनी एकमेकांकडे पाहिलं. त्यांच्या त्या दृष्टिक्षेपात बराच अर्थ भरला आहे हे ध्यानात येताच ती घाईघाईनं म्हणाली,

"मी इथं हॉलमध्ये सोफ्यावर झोपले होते. कोणाला सांगू नका प्लीज. हात जोडून विनंती करते तुम्हाला, पण आम्ही गेली काही वर्षं वेगवेगळ्या बेडरूममध्ये झोपतो आहोत. इथं वेगळी बेडरूम नाही म्हणून मला या सोफ्यावर रात्र काढावी लागली. सकाळी उठून अमरची तयारी करण्यासाठी मी गेले तेव्हा सगळा प्रकार मला समजला."

"आय ॲम सॉरी मॅडम, तुम्हाला दुखवायचा किंवा तुमच्या दुःखावरची खपली अशी अनवधानानंही काढण्याचा माझा उद्देश नव्हता. पण खरी परिस्थिती कळाली म्हणजे मग काही गैरसमज राहत नाहीत. आय ॲम सॉरी अगेन! चला अमृतराव, मॅडम वॉन्टस टू रेस्ट!"

"हो, हो!" कौशिकांचा इशारा समजून अमृतरावांनीही काढता पाय घेतला. बाहेरचा दरवाजा बंद होताच शर्मिला सोफ्यावरच कोसळली. धाय मोकलून रडू लागली.

"गेल्याच वर्षी कुठल्या तरी नियतकालिकात अमर बोसांचं त्यांच्या पत्नीशी फारसं पटत नाही आणि त्यांची आपल्या सेक्रेटरीशी घसट वाढत चाललीय अशी काहीशी बातमी आली होती. ती वाचल्याचं आठवलं मला, म्हणूनच शंका आली. मिसेस बोस त्यांच्या शेजारी रात्री नव्हत्या हे मी ताडलं होतं. पण त्याचं कारण कौटुंबिक बेबनाव असल्याची खात्री करून घ्यायची होती मला. हेतू आणि संधी यांचाच विचार आपल्याला करायला हवा ना आता? म्हणून तर सगळी खरी आणि खात्रीलायक माहिती हवी होती मला." तिथून बाहेर जाता-जाता कौशिक अमृतरावांना म्हणाले.

घरी जाईपर्यंत मग कुणीच काही बोललं नाही. दोघंही आपापल्या विचारचक्रात गुरफटून गेले होते. कौशिकांचा पाइप धुराचे भपकारे सोडत नव्हता, कारण त्यातली तंबाखू संपली होती. आणि त्यांच्या खिशात नवा स्टॉक नव्हता. ते नुसतेच तो पाइप तोंडानं चोखत होते.

घरी पोचताच धोंडिबाला चहा ठेवायला आणि आपला तंबाखू आणायला कौशिकांनी फर्मावलं. तो येताच जेव्हा परत एकदा पाइप पेटवून धुराचा पहिला भला मोठा लोट त्यांनी सोडला तेव्हाच त्यांनी परत बोलायला सुरुवात केली.

"मग काय वाटतंय तुम्हाला, अमृतराव?"

"मी तर साफ चक्रावून गेलोय. काहीच सुगावा लागत नाहीय. गुन्ह्याच्या जागेवर कोणताच क्लू मिळालेला नाही. साधा तो चाकूही मिळालेला नाही.

कोणताच पुरावा हाती लागलेला नाही. आणि संशय तरी कोणावर घेणार! तसा तो घ्यायलाही काही सबळ कारण दिसत नाहीय.''

''अशी परिस्थिती काही पहिल्यांदाच उद्भवलेली नाही, अमृतराव.''

''खरं आहे. पण त्या वेळी तात्पुरती का होईना ती फाइल बंद करून टाकायची मुभा होती मला. या वेळी तसं करणं परवडणारं नाही. काहीतरी शोध लावायलाच हवा. तरी बरं अजून मीडियाला याचा पत्ता लागलेला नाही. प्रोफेसर बोसांची प्रकृती अचानक बिघडली आणि त्यासाठी त्यांना हॉस्पिटलमध्ये हलवलंय असंच सांगितलं गेलंय. पण ते किती दिवस तसंच राहील याची शाश्वती नाही. गेस्ट हाउसमधल्या तीन-चार जणांना तरी खरी गोष्ट काय आहे, याची माहिती आहे. तीच बाब हॉस्पिटलमध्येही आहे. या मंडळींपैकी जरा सीनियर आहेत ते गप्प राहतीलही. पण इतरांची खात्री कोणी द्यावी? मीडियामधल्या कोणीतरी त्यांना काही पैशाचं आमिष दाखवलं तर त्याला ते बळी पडणारच नाहीत, याची कोणी खात्री द्यावी!''

''म्हणजेच आपल्या हाती थोडाच वेळ आहे असंच म्हणायचंय तुम्हाला.''

''थोडा? जवळ-जवळ अजिबात नाही अशीच परिस्थिती आहे.''

''मग असं असूनसुद्धा, अशा वेळी तुम्ही काय करता?''

''काय करता? म्हणजे म्हणायचंय काय तुम्हाला?''

''अमृतराव, निराश होऊ नका. कोणतंही गणित सुटत नाही असं वाटायला लागलं ना की आम्ही पहिल्यापासून सुरुवात करतो नेहमी.''

''तुमच्या गणिताचं ठीक आहे हो. ते नाही सुटलं म्हणून काहीच बिघडत नाही.''

''असं नका म्हणू. त्या बाबाशास्त्रींवर केल्या गेलेल्या आरोपाच्या वेळची परिस्थिती आठवा. ते गणित सुटण्यावरच सगळं अवलंबून होतं ना?''

''हं!'' एक लांबलचक सुस्कारा टाकून अमृतरावांनी कौशिकांच्या म्हणण्याला मान तुकवली.

''मग आताही तेच करा. गो बॅक टू बेसिक्स. कोणत्याही खुनाचं कोडं सोडवण्याचे तुमचे प्राथमिक नियम काय सांगतात?''

''फाइन्ड मोटिव्ह ॲन्ड अपरच्युनिटी.''

''दॅट्स बेटर. म्हणजे बोसांवर हा हल्ला करण्याची संधी कुणाला होती. आणि तो करण्यासाठी काही सबळ कारण कुणाला होतं.''

''तेच तर समजत नाहीय कोणालाही संधी नव्हती आणि कोणालाही तसं करण्याचं काहीच कारण नव्हतं.''

''आय डोन्ट ॲग्री. तुम्ही सर्व पूर्वग्रह बाजूला ठेवून विचार करा. त्या गेस्टहाउसच्या बाहेरच्या कोणाला तशी संधी नव्हती हे मान्य. पण गेस्टहाउसमधल्या लोकांना.

इतर गेस्ट्स सोडा. पण तो मॅनेजर आणि अटेन्डन्ट. त्यांच्याकडे त्या स्वीटचा बाहेरचा दरवाजा उघडण्यासाठीची मास्टर की असेलच ना? निदान अशी मास्टर की कुठं ठेवलीय आणि ती कशी मिळवायची, हे त्या दोघांना माहिती असणारच. कदाचित मेनगेटवरच्या गार्डलाही ती माहिती असेल. त्या गार्डला किंवा मॅनेजरला फितवून इन्स्टिट्युटमधील इतर कोणाला ती मिळवता येणं शक्य आहे. बघा, संधी कोणाला होती याची यादी वाढत चाललीय.''

''पण यांपैकी एकाकडेही तसा हल्ला करण्यासाठी काही सबळ कारण होतं असं वाटत नाही.''

''त्याचा विचार आपण नंतर करू. गणित सोडवण्याचं एक महत्त्वाचं प्रिन्सिपल असतं. एका वेळी एकाच व्हेरिएबलचा विचार करायचा असतो. एका वेळी एकाच व्हेरिएबलमध्ये बदल करायचा असतो. तसंच इथंही. एका वेळी एकाच बाबीचा विचार करू या. अपरच्युनिटी, संधी. हेतूचा विचार नंतर करू या. तेव्हा संधी कोणाकडे होती?''

''त्यांची यादी तर तुम्ही तयार केलीच आहे. तो अटेन्डन्ट, मॅनेजर, कदाचित गार्ड, त्याच्या संगनमतानं मग गेस्टहाउसमधलं किंवा इन्स्टिट्युटमधलं इतर कोणीही. अगदी डॉ. माजगावकरसुद्धा.''

''बरोबर. त्यातल्या एकेकाची छाननी आपण ही यादी पूर्ण झाली की करायला घेऊ.''

''पण झालीय की पूर्ण ती यादी.''

''नाही. अजून पूर्ण झालेली नाही. अजून काही महत्त्वाच्या व्यक्ती त्यातून बाहेर राहिल्या आहेत.''

''अजून कोण उरलंय? त्या स्वीटमध्ये रात्रीच्या वेळी प्रवेश करू शकणाऱ्या सर्व व्यक्तींची यादी तर तयार झालीच आहे. आणखी कोणी म्हणजे, ओ ह माय गॉड, तुम्हाला असं तर म्हणायचं नाही ना –'' आपलं वाक्य अर्ध्यावरच सोडून अमृतराव कौशिकांकडे पाहतच राहिले. त्यांच्या चेहऱ्यावर आश्चर्य, भीती, संशय यांचं एक अजब मिश्रण झालं होतं.

कौशिक फक्त एक गूढ स्मितहास्य करत त्यांच्याकडे बघत राहिले होते.

भानावर येत आपली मान हलवत अमृतराव म्हणाले, ''नो, नो! इट इज इम्पॉसिबल.''

''व्हाय इज इट इम्पॉसिबल?''

''आय डोन्ट नो. रात्रीच्या वेळी मिसेस बोस आतच होत्या. त्यांना संधी होती हे तसं खरं असलं तरी –''

''आपलं काय ठरलंय, अमृतराव? एका वेळी एकच व्हेरिएबल. रात्रीच्या वेळी बंद असलेल्या स्वीटमध्ये बाहेरून कोण प्रवेश करू शकतं, याचा विचार करून

आपण यादी बनवली. मग ऑलरेडी त्या स्वीटमध्ये असणाऱ्या व्यक्तीचा समावेश त्या यादीत का करायचा नाही?''

''तरी पण, नाही मला त्यावर विश्वास ठेवणं कठीण जातंय. तसं करून उलट त्या स्वतःलाच जास्त त्रास नाही का करून घ्यायच्या? जाणूनबुजून असा आत्मक्लेश करून घ्यायचं कारणच काय त्यांना?''

''सध्या आपण फक्त अपरच्युनिटीचा विचार करतो आहोत. सर्वांत जास्त अपरच्युनिटी त्यांनाच होती, हे तरी मान्य कराल तुम्ही?''

काहीच न बोलता अमृतरावांनी नुसतीच मान हलवली. ती कौशिकांच्या म्हणण्याला दुजोरा देण्यासाठी होती की सगळंच कसं अविश्वसनीय आहे, हे व्यक्त करण्यासाठी होती हे सांगणं कठीण होतं.

''प्रोफेसर बोस कसलाही आरडाओरडा करू शकणार नाहीत, याची माहिती त्यांना होती. जे हत्यार वापरून तो हल्ला केला तेही त्यांना सहजासहजी उपलब्ध होतं. हल्ला केल्यानंतर ते धुऊन-पुसून जागच्या जागी ठेवून देणंही त्यांना शक्य होतं. आणि आपण हॉलमध्ये झोपल्यामुळे आपल्याला त्याची सकाळपर्यंत कल्पनाच आली नाही, असं सांगणंही त्यांना शक्य होतं.''

''पण त्या खरोखरच हॉलमध्ये झोपल्या होत्या. त्यांनी स्वतःच नाही का सांगितलं?''

''तेच तर, वुई हॅव ओन्ली हर वर्ड फॉर इट.''

''का? त्या मॅनेजरला विचारू शकतो ना आपण. त्यानं तसं काही पाहिलं की काय?''

''विचारू शकतो आपण. पण समजा त्यानं तसं काही पाहिलं असलं, तरी त्याला बोलावण्यापूर्वी त्या तशी व्यवस्था करू शकतात. रात्रभर त्या तिथं होत्या हे त्यावरून कसं काय सिद्ध करणार?''

''ते तर मग कसंही सिद्ध होऊ शकणार नाही. आपल्याला फक्त त्यांच्या सांगण्यावरच विश्वास ठेवायला हवा.''

''प्रिसाईस्ली! ते त्यांनाही माहिती असणार.''

''म्हणजे मिसेस बोसांनीच तो हल्ला केला असं म्हणायचंय तुम्हाला?''

''नाही, अजून तरी नाही. वुई शुड नॉट जम्प टू कन्क्लूजन. मी सध्या फक्त संशयितांची यादी पक्की करतो आहे. त्यानंतर मग आपण त्यांची क्रमवारी लावू शकतो. सध्या तरी संशयितांच्या यादीतून आपण मिसेस बोसांना वगळू शकत नाही एवढंच म्हणायचंय मला.''

''ठीक आहे. आणखी कोणी?''

''नाही, आणखी कोणी नाही. तसे प्रोफेसर बोसही रात्री त्या स्वीटमध्ये होते.

पण त्यांना तर वगळायलाच हवं आपल्याला.''

''ऑफ कोर्स! त्यांच्यावरच तर हल्ला झालाय, विसरला नाहीत ना?''

''नाही. तर मग यादी पूर्ण झाली आपली. आता हेतूचा विचार करू या आपण.''

''डॉ. माजगावकर किंवा इन्स्टिट्युटमधल्या इतर कोणाकडेही तसा हेतू असण्याची शक्यता वाटत नाही मला. तसं करून स्वत:वरच बालंट ओढवून घेण्याची गरजच काय त्यांना. तेवढा धोका पत्करण्याइतका बोसांचा तीव्र द्वेष कोणी करत असेल, असं मला वाटत नाही.''

''यू आर राइट! दुपारी मी त्या डॉ. विश्वनाथनबद्दल बोललो होतो, आठवतंय? प्रोफेशनल जेलसी काही वेळा अतिशय उग्र रूप धारण करते, हे मला माहिती आहे. तुम्हालाही त्याचा अनुभव आहेच. तरीही केवळ ते बोसांच्याच फील्डमध्ये काम करतात आणि बोसांचा थिसिस त्यांना मान्य नाही एवढ्यावरून त्यांच्यावर संशयाची सुई रोखणं मला योग्य वाटत नाही. त्यांच्याबाबत थोडी अधिक माहिती मिळवल्यानंतर आणि त्यांच्याशी एकदा बोलणं झाल्यानंतरच कदाचित आपण काही संशय घेऊ शकू. तोवर तरी निदान त्यांच्याकडे काही मोटिव्ह असण्याची शक्यता नाही, असंच आपल्याला गृहीत धरायला हवं.''

''तसाच विचार करायचा तर मग गेस्टहाउस स्टाफलाही वगळायला हवं. त्यांच्यापैकी कोणालाही बोस किंवा मिसेस बोस यांनी एवढं दुखावलं असण्याची शक्यताच नाही. काल सकाळीच तर ते दोघं जण इथं आले. आणि त्यानंतर दिवसभरात तर ते दोघं तसे बाहेरच होते. या स्टाफशी त्यांचा काही संबंधच आलेला नाही. तेव्हा त्यांपैकी कोणाजवळ काही हेतू असण्याची शक्यता वाटत नाही.''

''या सर्वांना वगळायचं तर मग एकच नाव उरतं आपल्या यादीत, मिसेस बोस.''

''तेच तर मला विचित्र वाटतंय. त्यांना सर्वांत जास्त संधी होती हे मान्य. पण हेतू?''

''का? त्यांच्याचकडे सर्वांत स्ट्रॉन्ग मोटिव्ह आहे. त्या अमेरिकेतही वेगळ्या बेडरूममध्ये झोपतात, हे तर त्यांनीच सांगितलंय आपल्याला. तेव्हा त्यांचे आणि बोसांचे संबंध किती बिघडले असतील याची कल्पना करू शकतो आपण. त्याचं कारण काय याविषयी केवळ अंदाजच करू शकतो आपण. प्रोफेसर बोसांची सामाजिक प्रतिमा प्रोफेशनली कितीही उजळ असली तरी वैयक्तिक आयुष्यात ते कसे वागतात याची काहीच कल्पना नाही आपल्याला. कदाचित तो माणूस अतिशय विकृतही असेल. आपल्या बायकोला छळत असेल. ते

शारीरिक नाही पण मानसिक छळ नक्कीच करू शकतात. कदाचित त्यांची इतर काही लफडी असतील. मिसेस बोसांना त्यापायी फार त्रास होत असेल.

"मिसेस बोसांना त्यांच्यापासून आता कोणतंही शारीरिक समाधान मिळू शकत नाही, हे तर उघड आहे. त्यांच्या वयावरून त्यांचा मेनोपॉझ जवळ आला असावा असं वाटतं. अशा वेळी स्त्रीची शरीरसुखाची भूक वाढते. बोसांकडून ती मिटवण्याची मुळीच शक्यता नाही. त्यामुळेही त्या फ्रस्टेट झाल्या असतील. कदाचित त्यांचंही कुणाबरोबर अफेअर असेल. आपल्याला हे सगळं शॉकिंग वाटलं, तरी अमेरिकी समाजात हे सर्रास चालतं.

"काहीही कारण असो त्या दोघांमधले संबंध अतिशय ताणाखाली असावेत, हे दिसतंच आहे. मिसेस बोसांच्या बाजूनं विचार केला तर आपली सगळी उमेदीची वर्षं त्यांनी बोसांवर ओवाळून टाकली आहेत. आपल्या वैयक्तिक गुणवत्तेवर, करिअरवर त्यांनी पाणी सोडलं आहे. ते स्वेच्छेनं सोडलं असेल, त्यापायी कोणतीही अपेक्षा ठेवली नसेल. अशा परिस्थितीत इतक्या वर्षांनंतर जर त्यांचा मानसिक छळ होत असेल, त्यांच्या त्यागाची बूजही ठेवली जात नसेल, तर त्यांच्या मनात बोसांबद्दल तीव्र स्वरूपाचा राग असणं शक्य आहे.

"त्यात त्यांची कोंडीही झालेली आहे हेही दिसतं आहे. जरी वैवाहिक संबंधांबद्दलच्या, त्याविषयीच्या नीतिमत्तेसंबंधीच्या अमेरिकी समाजाच्या कल्पना आपल्यापेक्षा वेगळ्या असल्या तरी प्रोफेसर बोसांसारख्या जगातल्या सर्वांचीच सहानुभूती आणि आदर असलेल्या व्यक्तीवर मानसिक छळाचे आरोप करून जर कोणी त्यांच्यापासून घटस्फोट मागितला, तर त्या साऱ्या जगाचा रोष ओढवून घेतील हे नक्की. त्यांची सर्वत्र छी थू होईल. त्यांना समाज वाळीतच टाकेल. त्यांच्यावर जे शाब्दिक प्रहार होतील, ते प्रत्यक्षातल्या प्रहारापेक्षाही असह्य ठरतील. चारचौघांत त्यांना उघडपणे वावरणंच अशक्य होऊन बसेल. आपल्या मुलांचीही सहानुभूती त्यांना कदाचित मिळणार नाही.

"आणि घटस्फोटाची मागणी बोसांनीच केली तरीही सारा दोष त्यांच्याच माथी मारला जाईल. त्यांनीच त्यांचं जिणं असह्य केल्यामुळे ही टोकाची भूमिका त्यांना घ्यावी लागली, अशीच समजूत सर्व जण करून घेतील. त्यांचं म्हणणं व्यवस्थित ऐकूनही घेतलं जाणार नाही. न्यायालयाकडून त्यांना योग्य ती भरपाई मिळणंही कदाचित कठीण होऊन बसेल.

अशा परिस्थितीत आपली सुटका करून घेण्याचा हाच एकमेव मार्ग आहे अशी जर त्यांची समजूत झाली, तर त्यात नवल वाटण्यासारखं काहीच नाही."

"म्हणजे मग मिसेस बोसांनीच हा हल्ला केला असाच निष्कर्ष निघतो, खरं ना?"

"हो, पण हा निष्कर्ष तात्त्विक आहे, थेओरेटिकल आहे. प्रत्यक्षात त्या इतक्या अधीर झाल्या आहेत की काय याचा मागोवा घ्यावा लागेल. असा आरोप त्यांच्यावर करणं ही अतिशय गंभीर बाब आहे हे तर तुम्ही जाणताच. त्यामुळे आपण उथळपणानं तसा आरोप करणं योग्य होणार नाही. या क्षणी मी एवढंच म्हणेन की शी इज अवर स्ट्रॉन्गेस्ट सस्पेक्ट. तरीही काही बाबी त्यांच्या बाजूनंही आहेत, याचाही विचार करायला हवा.

"समजा मी म्हणतो तितक्या मिसेस बोस डेस्परेट झाल्या असतील. तरीही इथं या परक्या देशात आणि दौऱ्याच्या पहिल्याच रात्री असा हल्ला करायला त्या धजावतील का? आपल्या स्वीटमध्ये बाहेरचं कोणीही रात्रीच्या वेळी प्रवेश करू शकत नाही याची जाणीव त्यांना नसेल का? भावनेचा, क्षोभाचा, मनस्तापाचा उद्रेक होऊन त्यांनी हे कृत्य केलं असं धरून चाललो तरी त्या उद्रेकाच्या क्षणीही त्यांचा सारासार विवेक संपूर्णपणे गळून पडला असेल का? आपल्यावरच संशय घेण्यासारखी परिस्थिती आहे, याची जाणीव त्यांना नसेल का?"

"कदाचित त्या जास्त हुशार असतील. या परिस्थितीत इथल्या सर्वांची सहानुभूती आपल्याला मिळेल हेही त्यांना माहिती आहे. आय विटनेस कोणी असणार नाही, याचीही त्यांना कल्पना आहे. ते हत्यारही सापडलेलं नाही. तेव्हा आपल्यावर संशय व्यक्त केला गेला तरी आरोप ठेवण्याइतका पुरावा मिळणार नाही याची त्यांना खात्री असावी. शिवाय जखमा सुपरफिशियल आहेत, असं डॉक्टर म्हणाले. तेव्हा बोसांना मारण्याचा प्रयत्न झालेला नाही. कदाचित त्यांना इशारा देण्याचाच त्यांचा इरादा असावा. विचारपूर्वक सारा खेळ रचला गेलेला असावा."

"शक्य आहे. आज आपण काहीच करू शकत नाही. आपल्याला बोस बरे होऊन परत आपल्या खुर्चीत बसेपर्यंत वाट पाहायला हवी. त्यानंतरच त्यांच्याशी बातचीत करता येईल. त्यावरून अधिक माहिती मिळाली की मग आपण पुढची हालचाल करू शकू. डॉ. माजगावकरांच्या आणि कमिशनरांच्या कानावर आतापर्यंतची सारी हकिकत आपण घालू या. आपले हे अंदाज तोपर्यंत आपण आपल्यापाशीच ठेवू या. बोसांबरोबर बातचीत केल्यानंतरच निश्चित असं काही निदान करणं शक्य आहे हे पटवून देऊ या. आणि तोवर आपण इतर काही माग लागतो का याचाही अंदाज घेऊ या."

अमृतरावांनाही दुसरा काही मार्ग दिसत नव्हता. कौशिकांच्या म्हणण्याप्रमाणंच पुढची सारी हालचाल करणं भाग होतं. कमिशनरांबरोबर उद्याची साडेदहाची वेळ त्यांनी तिथूनच ठरवली आणि मगच ते आपल्या घरी निघाले.

पण त्या दिवसानंतर कौशिक जे गायब झाले, ते अमृतरावांना भेटलेच नाहीत. अमृतरावांनी त्यांच्या घरी फोन केले. पण दोन वेळा त्यांच्या अन्सरिंग मशीननंच

त्यांना प्रतिसाद दिला. त्यावर आपण फोन केल्याचा मेसेजही अमृतरावांनी ठेवला. पण कौशिकांनी उलट फोन केलाच नाही. एकदा धोंडिबानं फोन उचलला आणि साहेब बाहेर गेले आहेत, असं सांगितलं. त्याच्याकडेही अमृतरावांनी निरोप ठेवला. पण त्यालाही कौशिकांनी उत्तर दिलं नाही. शेवटी वैतागून एक दिवस ते कौशिकांच्या घरीच जाऊन थडकले. सकाळी नऊ वाजताच. एवढ्या लवकर ते कुठं बाहेर जाणार नाहीत या अपेक्षेनं.

पण त्यांचा अंदाज चुकीचा ठरला. कौशिक घरी नव्हते. धोंडिबाला त्यांनी विचारलं,

"कुठं आहेत तुझे साहेब?"

"काय की बा! माझ्याशीही धड बोलत नाहीत. गेलं धा-बारा दिस सक्काळच्या पारीलाच कुटं तरी बाहेर जात्यात आणि रातच्याला वखत करून येत्यात. त्यांचं जेवण म्या टेबलावर काढून ठिवतो. अन् घरी आल्यावर बराच वेळ कायबाय वाचत बसत्यात."

अमृतरावांना कौशिकांची ही खोड परिचयाची होती. एखाद्या केसचा तपास चालू असताना मध्येच त्यांना कोणत्यातरी वैज्ञानिक सूत्राची ओढ लागायची आणि मग त्या कल्पनेचा पाठपुरावा करत ते इतर साऱ्या गोष्टी विसरून जात. आपल्याकडे एका केसचा तपास करण्याचं काम आहे, ते अर्धवट पडलं आहे, त्याचा तपास लावायची निकड आहे, वगैरे सगळ्याचा त्यांना विसर पडत असे.

आताही तसंच काहीतरी झालं असलं पाहिजे. तरीही त्यांची भेट लवकर होणं आवश्यक होतं. कारण प्रोफेसर बोस हॉस्पिटलमधून परत आले होते. एवढंच नाही तर त्यांनी इन्स्टिट्युटमधल्या आपल्या कामालाही हळूहळू सुरुवात केली होती. रोज ते तिथं जाऊन काही वेळ तरी तिथल्या वैज्ञानिकांशी चर्चा करण्यात, काही प्रयोगांची आखणी करण्यात वेळ घालवत होते.

आताच त्यांच्याशी बोलून त्या रात्री नेमकं काय झालं हे विचारणं आवश्यक होतं. त्यांची त्या घटनेसंबंधीची आठवण ताजी आहे, तोवरच त्यांच्याबरोबर बोलणं व्हायला हवं होतं. तसे अमृतराव एकटेच जाऊन त्यांच्याशी बोलणं करू शकले असते. नाही असं नाही. पण कौशिक बरोबर असले की, त्यांच्या नजरेला काही वेगळ्या गोष्टी पडत असत, बोलण्यातला कोणता तरी आगळाच धागा ते बरोबर पकडत असत आणि त्याचा पुढे ते कोडं सोडवण्यासाठी चांगलाच उपयोग होत असे, असाच अमृतरावांचा आजवरचा अनुभव होता. म्हणूनच प्रोफेसर बोसांशी बोलताना आपल्याबरोबर कौशिक असावेत, असं अमृतरावांना वाटत होतं.

पण ते तर कुठं तरी स्वत:ला हरवून बसले होते. त्यांच्याशिवायच आता बोसांशी बोलणं क्रमप्राप्त आहे, ते अधिक लांबणीवर टाकता येणार नाही, अशी

अमृतरावांची खात्री झाली होती. बोसांबरोबर भेटण्याची वेळ ठरवण्यासाठी ते माजगावकरांना फोन करणार तोच नाहीसे झाले तसे अकस्मात कौशिक हजरही झाले.

"गुड मॉर्निंग अमृतराव, हवा काय झकास पडलीय आज. पाहिलंत का?" कौशिक अतिशय उत्साही मूडमध्ये होते.

अमृतरावांना त्याची चीडच आली. त्यांनी घुश्शातच त्यांना विचारलं, "कुठं नाहीसे झाला होतात इतके दिवस?"

"नाहीसा? इथंच तर होतो."

"पण कोणालाही भेटत नव्हता. फोनवरही सापडत नव्हता. धोंडिबालाही तुमचं काय चाललंय याचा पत्ता नव्हता. कोणत्या दुनियेत हरवून बसला होता स्वत:ला?"

"कोणत्या दुनियेत? प्रोफेसर अमर बोसांच्या दुनियेत. काय विलक्षण बुद्धिमत्ता आहे त्यांची. त्यांच्या सर्व रिसर्च पेपर्सचा मागोवा घेत होतो. तुम्हाला मी जो गायब झालो असं वाटत होतं, त्याचं कारण हा सगळा वेळ मी इथं इन्स्टिट्युटच्याच लायब्ररीत येऊन बसत होतो. आजवरचे त्यांचे सगळे पेपर्स, त्यावर इतरांची मतं, त्यांची पुस्तकं, त्यांचा जो आत्म्यासंबंधीचा लाडका सिद्धान्त आहे, त्याचं त्यांनी वेगवेगळ्या ठिकाणी केलेलं निरूपण सारं-सारं काही वाचून काढत होतो. त्या सिद्धान्ताविषयी सामान्य वाचकाला समजेल अशा सुबोध भाषेतही बरंच लिखाण प्रकाशित झालेलं आहे. काही त्यांचं स्वत:चं, काही इतर लेखकांचं. सगळं मुळापासून वाचून काढलं तेव्हा कुठं थोडंफार समजलं. पण एखाद्या पर्वताची भव्यता आणि त्याचं रुद्रभीषण सौंदर्य यांचा आस्वाद घेण्यासाठी तो पर्वत संपूर्ण चढून जाण्याची आवश्यकता नसते. त्याचा कानाकोपरा धुंडाळण्याची गरज नसते. वरवरच्या दृष्टिक्षेपातही त्या सौंदर्याची ओळख पटते. तसंच या बोसांच्या संशोधनाचं आहे. तुम्ही जरूर वाचा. त्यातल्या त्यात त्यांचं एक पुस्तक आहे, आत्मबोध, त्याचं जरी –"

"खड्ड्यात गेलं तुमचं ते पुस्तक. ते वाचून आत्मबोध होण्याऐवजी आत्मक्लेशच व्हायचे. सध्याच जिवाला घोर लागलाय. त्यात वाढच व्हायची."

"का बुवा! असं होण्याचं कारण?"

"घ्या! सगळं रामायण वाचून झालं आणि म्हणे रामाची सीता कोण!"

"अहो, पण काय झालंय ते तरी सांगाल!"

"आपल्याला प्रोफेसर बोसांबरोबर त्या रात्रीच्या घटनांसंबंधी बोलायचं होतं, आपल्यावर कुणी हल्ला केला यासंबंधी त्यांना काही कल्पना आहे की काय हे विचारायचं होतं, हल्लेखोराचं काही वर्णन ते करू शकतात की काय याची चौकशी करायची होती. विसरलात?"

"नाही, ते कसं विसरेन! त्यांच्यावर कुणी हल्ला केला हे तर शोधून काढलंच पाहिजे आपल्याला. त्यासाठीच तर आज आलोय तुमच्याकडे."

''म्हणजे आजच जायचं म्हणता? पण त्यांची वेळ नको का घ्यायला?''

''आजच कुठं जायचं म्हणतोय मी. त्यांची वेळ घेऊ या ना. पण त्यांचं परत एकदा लेक्चर कधी आहे याची चौकशी करा. त्यानंतरच त्यांना भेटू या आपण. ते चांगले मूडमध्ये असतात तेव्हा.''

अमृतरावांना काही तो विचार पटला नाही. पण कौशिकांची हीही खोड त्यांच्या परिचयाची होती. एकदा एखादी कल्पना त्यांच्या डोक्यात आली की तिचाच पाठपुरावा केल्याशिवाय ते राहणार नाहीत, याची त्यांना खात्री होती. शिवाय इतके दिवस उशीर झालाच आहे. आणखी दोन-चार दिवस गेल्यानं काही विशेष फरक पडणार नाही.

पण ते जेव्हा बोसांच्या वेळापत्रकाची चौकशी करायला गेले, तेव्हा त्यांच्या पदरी निराशाच पडली. बोस आता परत एखादं पब्लिक लेक्चर देणार नव्हते. तशी इन्स्टिट्युटमध्ये त्यांची लेक्चर्स होणार होती. पण ती केवळ शास्त्रज्ञांच्या मेळाव्यात. त्यासाठी इन्स्टिट्युटबाहेरचे इतर शास्त्रज्ञ येऊ शकत होते.

अमृतरावांनी कौशिकांना तसं सांगितल्यावरही त्यांचा उत्साह मावळला नाही.

''असू दे ना! तेही एक प्रकारचं पब्लिक लेक्चरच समजा. कारण तो काही मर्यादित गोतावळ्यापुढे दिलेला सेमिनार नाही. त्यांच्या क्षेत्राव्यतिरिक्त इतर क्षेत्रातले शास्त्रज्ञही त्या लेक्चरला उपस्थित राहणार असतील. केव्हा आहे पहिलं लेक्चर?''

''परवा आहे. परवा दुपारी साडेतीनला.''

''गुड! गुड!'' आनंदानं हात चोळत कौशिक म्हणाले, ''मग आपण जाऊ या त्या लेक्चरला.''

''आपण? अहो पण ते तर सगळं आपल्या डोक्यावरून जाईल. त्या दिवशीचं ते जाहीर व्याख्यान तरी कुठं नीटसं समजलं होतं?''

''खरं आहे तुमचं. तसं होण्याची शक्यता नाकारता येत नाही. तरीही जे काही थोडं समजेल त्यावरूनही बरंच काही कळू शकेल. आणि हो त्यानंतर दुसऱ्या दिवशी संध्याकाळपर्यंतचा सगळा वेळ मोकळा ठेवा. तुमची इतर सारी कामं जरा बाजूला ठेवा.''

हे सर्व कशासाठी हे अमृतरावांनी त्यांना विचारलं नाही. कारण विचारूनही कौशिकांकडून अशा वेळी व्यवस्थित उत्तर मिळेल याची शक्यताच नाही, हे आजवरच्या अनुभवातून ते शिकले होते. पण त्यांच्या डोक्यात काहीतरी अफलातून कल्पना शिजते आहे, हे त्यांनी ओळखलं होतं. अशा भलत्याच दिशेनं केलेल्या भटकंतीतूनच योग्य ठिकाणी पोहोचल्याची अनेक उदाहरणं त्यांना आठवत होती. म्हणूनच त्यांच्या कलानं घेण्यातच फायदा आहे, हे उमगून ते गप्प राहिले होते.

त्या लेक्चरसाठी इन्स्टिट्युटच्या सभागृहात भेटेपर्यंत त्यांनी कौशिकांना त्याची आठवणही करून दिली नव्हती.

पब्लिक लेक्चरच्या वेळी ते आणि कौशिक बऱ्याच पुढच्या रांगेत बसले होते. आज मात्र कौशिकांनी शेवटच्या रांगेतली सीट धरली होती. बरोबर त्यांनी आपली बॅगही आणली होती. त्यात कदाचित त्यांचा लॅपटॉप असावा असं अमृतरावांना वाटलं. पण लेक्चर सुरू होताच त्यातून एक छोटंसं पॅड काढून कौशिकांनी लेक्चरच्या काही नोट्स काढायला सुरुवात केल्यावर अमृतराव आश्चर्यानं त्यांच्याकडे बघतच राहिले.

पण थोड्याच वेळात ते दिसेनासे झाले. कारण सभागृहात अंधार केला गेला होता. मंचावरचा पडदाच तेवढा उजळला होता. बोस आपलं पॉवरपॉइन्ट प्रेझेन्टेशन देत होते. त्यांच्या त्या धातूमय आवाजाखेरीज दुसरा आवाज सभागृहात उमटत नव्हता. अमृतरावांचा डोळा लागला.

टाळ्यांचा कडकडाट झाला आणि सभागृहातले दिवे परत लागले तशी अमृतरावांना जाग आली. ओशाळवाण्या नजरेनं त्यांनी आजूबाजूला पाहिलं. आपल्याला डुलकी लागली होती, हे इतरांच्या ध्यानात तर आलं नाही अशी धास्ती वाटून त्यांनी इतरांकडे नजर टाकली. कुणीही त्यांच्याकडे बघत नव्हतं. सगळ्यांच्या नजरा मंचाकडेच लागल्या होत्या.

अमृतरावांनी आपल्या शेजारी बघितलं. शेजारची खुर्ची रिकामी होती. कौशिक कुठं तरी गायब झाले होते. त्यांची बॅगही तिथं नव्हती. त्यांनी इकडं-तिकडं बघितलं. कौशिक कुठंच दिसत नव्हते. नेहमीच्या प्रथेप्रमाणं लेक्चरनंतरच्या प्रश्नोत्तरांना सुरुवात झाली होती. एकेक जण प्रश्न विचारत होता आणि बोस खेळकरपणे प्रत्येकाला उत्तरं देत होते. मधूनच नर्मविनोद करत होते. सर्व सभागृह त्यात रमून गेलं होतं.

अमृतराव मात्र अस्वस्थ होते. कौशिक कुठं नाहीसे झाले, हे त्यांना कळत नव्हतं. त्यांचा शोध घेण्यासाठी मधूनच उठून जाणंही त्यांना प्रशस्त वाटत नव्हतं. प्रश्नोत्तरांचा हा सिलसिला केव्हा संपतोय, असं त्यांना झालं होतं.

बोसांच्या पाठीमागं मंचाच्या एका कोपऱ्यात मिसेस बोस बसल्या होत्या. इतक्या वेळात प्रथमच अमृतरावांची नजर तिकडं गेली. त्यांच्याकडे ते पाहताहेत तोच कौशिक तिथं गेले आणि त्यांच्याबरोबर काहीतरी बोलले, असं त्यांना वाटलं. पण तेवढ्यात मिसेस बोसच तिथून उठून पाठीमागं गेल्या. दिसेनाशा झाल्या. त्यामुळे आपण खरोखरीच कौशिकांना पाहिलं की, आपल्याला तसा भासच झाला हे अमृतरावांना सांगता येईना. पण तेवढ्यात मिसेस बोस परत आल्या आणि त्यांनी आपली जागा पकडली. अमृतरावांसारख्या त्याही प्रश्नोत्तरं कधी संपतात याची वाट पाहत बसल्या.

परत एकदा टाळ्यांचा कडकडाट झाला. प्रश्नोत्तरं संपून लेक्चरचं सूप वाजल्याची ती सूचना होती. हळूहळू लोक आपापल्या खुर्च्यांवरून उठू लागले. ते पाहताच

अमृतराव ताडकन उठले आणि सभागृहाबाहेर आले. त्यांना पाहताच समोरून कौशिकही त्यांच्याकडे आले.

"होतात कुठं तुम्ही?" अमृतरावांना आपला प्रश्न व्यवस्थित विचारण्याचीही संधी न देता कौशिकांनी त्यांना हाताला धरून ओढत बाहेर काढलं आणि ते म्हणाले, "सगळी व्यवस्था केलीय मी. आज रात्री आपल्याला बरंच काम आहे. माझ्याबरोबर चला. जरा लवकरच जेवण आटोपून आपल्याला परत यायचं आहे."

"पण कशासाठी?"

"आता काही विचारू नका. माझा होरा खरा ठरेल, अशीच अपेक्षा आहे."

अमृतरावांना त्यांचं ते कोड्यातलं बोलणं काही समजलं नाही. पण आपण गप्प राहून ते सांगताहेत तसं करण्यातच शहाणपण आहे, हे मात्र ते उमगलं होतं.

दूर कुठंतरी घंटेचा एक टोला पडला. म्हणजे एक वाजला असेल किंवा दीड किंवा साडेबाराही झाले असतील. कदाचित अडीचही वाजले असतील. नेमके किती वाजले हे समजण्यासाठी घड्याळात पाहता आलं असतं. पण त्या मिट्ट काळोखात स्वत:चं मनगटही नीट दिसत नव्हतं. तिथं त्यावरच्या घड्याळातले आकडे कसे दिसणार?

डोकं खाजवण्यासाठी हात वर नेला त्याबरोबर हाताला काहीतरी लागलं. गोल-गोल आणि काचेची तबकडी असलेलं. खाडकन जागे झाल्यासारखे अमृतराव भानावर आले. कौशिकांनी आपल्यालाही तो खास चश्मा दिला आहे, याची जाणीव त्यांना झाली. डोक्यावरून काढून त्यांनी तो झटपट आपल्या डोळ्यांवर चढवला. हिरव्या-हिरव्या रंगानं न्हालेला आजूबाजूचा परिसर त्यांना दिसू लागला. त्यांनी पहिल्यांदा घड्याळ पाहिलं. दीड वाजला होता.

एकाच जागी काहीही हालचाल न करता, आवाज न करता बसून-बसून सारं अंग अवघडल्यासारखं झालं होतं. ऐन उमेदीच्या काळात तासन्‌तास ते असा दबा धरून बसत. पण आता वय होत चालल्याची ती निशाणी होती. असा दबा धरून बसल्याला अडीच तासच झाले आहेत, हे त्यांना जाणवलं.

परत डोळे ताणून त्यांनी पाहायला सुरुवात केली. काहीच हालचाल होत नव्हती. एसीच्या गार वाऱ्याचा झोत मधूनच अंगावरून वाहत होता. सुखावत होता. समोरच्या बिछान्यातली व्यक्ती गाढ झोपली होती. तिची काहीच हालचाल होत नव्हती. कूस वळवण्याची हालचालही झाली नव्हती.

आपली बाही कोणीतरी खेचतं आहे असं त्यांना वाटलं. शेजारीच असलेले कौशिक त्यांच्या शर्टाची बाही खेचून त्यांचं लक्ष वेधून घेत होते. मानेला एक नाजूकसा झटका देऊन त्यांनी अमृतरावांचं लक्ष समोर वेधलं. बिछान्याच्या ठिकाणी आता काहीतरी हालचाल होत होती.

अकस्मात एक हात थोडाफार उंचावल्यासारखा वाटला. नेमका त्या बिछान्यातल्या व्यक्तीच्या अंगावरच. त्या हातात काहीतरी टोकदार वस्तू होती. या हिरव्या रंगात सर्वकाही एकसारखंच दिसत होतं. एखादा शॅडो प्ले, छायानाट्य पाहावं तसं. एकाएकी तो हात थोडा मागं गेला आणि त्यानं जोरानं वार केला. ती टोकदार वस्तू कशाला तरी आपटली. आवाज झाला नाही. परत एकदा तो हात वर झाला आणि ती टोकदार वस्तू आता परत आघात करणार तोच झेप घेत कौशिक पुढे झाले. त्यांनी तो हात वरच्यावर हवेतच धरला. आपल्या हातातल्या बॅटरीचा झोत त्यावर टाकला आणि ते ओरडले, "अमृतराव, लाईट्स ऑन!"

पुढच्याच क्षणी सगळी खोली ट्युबलाइटच्या स्वच्छ प्रकाशानं उजळून निघाली.

परत एकदा कौशिक ओरडले, "मिसेस बोस, क्विक, जॉइन अस हियर प्लीज!"

पाठीमागचा दरवाजा उघडल्याचा आवाज झाला आणि त्या पाठोपाठ धावतच नाइट गाउन घातलेल्या मिसेस बोस धावत आल्या. समोरचं दृश्य पाहून त्यांच्या तोंडून एक अस्फुटशी किंकाळी बाहेर पडली आणि तोंडावर हात घेत त्या स्फुंदू लागल्या.

अमृतरावही पाहत राहिले होते.

कौशिकांनी आपल्या हातात उंचावलेला प्रोफेसर बोसांचा हात धरला होता आणि बोसांच्या हातात एक थोडासा अणकुचीदार पेपर कटिंग नाइफ होता. त्याच्या टोकावर एक बारीकसा रक्ताचा थेंब होता.

कौशिकांनी आपल्या हातात खिशातला रुमाल घेत बोसांच्या हातातला तो नाइफ हलकेच काढून घेतला. अमृतरावांनी आपल्या खिशातून एक प्लास्टिकची पिशवी काढत त्यात कौशिकांना तो नाइफ टाकायला लावला. त्या पिशवीला असलेली प्लास्टिकची झिप ओढून त्यांनी ती बंद केली. कौशिकांनी प्रोफेसर बोसांच्या अंगावरचा नाइट-शर्ट उचलून आतली जखम पाहिली. जखम मामुली होती. जोराचं खरचटल्यावर होते, तशी होती. त्यातून रक्तस्त्रावही फारसा होत नव्हता. थोड्याच वेळात तिथं गुठळी धरून रक्तस्त्राव थांबेल, अशीच चिन्हं होती. कौशिकांनी मिसेस बोसांना सांगून बाथरूममधून आफ्टरशेव्ह लोशनची बाटली आणवली. एका टिश्यूपेपरवर त्यातलं थोडंस लोशन ओतून त्या जखमेवर चोळलं. बोसांची काहीही हालचाल झाली नाही. ते लोशन झोंबल्याची कोणतीच खूण त्यांच्या चेहऱ्यावर दिसली नाही.

फक्त त्यांचे डोळे मात्र विस्फारले होते. आग ओकत होते. याच डोळ्यांच्या हालचाली करून ते आपला कॉम्प्युटर वापरत असत. पण आता मात्र त्या आगीत कौशिकांना जाळून टाकण्याची तीव्र इच्छा त्या नजरेत व्यक्त होत होती.

कौशिक मात्र थंड होते. बोसांच्या हातावर हलकेच थोपटत ते म्हणत होते, ''इट्स ऑल ओव्हर, प्रोफेसर बोस. इट्स ऑल ओव्हर!''

अमृतरावांना उद्देशून मात्र ते एवढंच म्हणाले, ''आता सकाळपर्यंत थांबण्याशिवाय दुसरा पर्याय नाही. तुम्हाला थोडी झोप काढायची असेल, तर त्या आरामखुर्चीवर जरा ताणून द्या. मिसेस बोस तुम्हीही परत जाऊन झोपलात तरी हरकत नाही. आता सकाळपर्यंत काहीच करण्यासारखं नाही. सकाळी बरोबर सातला डॉ. माजगावकर डॉक्टर पळसुल्यांना घेऊन येतील. त्यानंतरच काय करायचं ते ठरवू या!''

मिसेस बोस थोडा वेळ तशाच थांबल्या. आणि मग तशाच मूक आक्रंदन करत पाठ फिरवून त्या बाहेरच्या हॉलमध्ये निघून गेल्या. त्यांच्या पाठी मधला दरवाजा बंद झाला.

आपल्या हातातला बोसांचा हात हलकेच बिछान्यावर ठेवत कौशिकांनी त्यांच्या अंगावरची चादर नीट पसरली आणि दिवे बंद केले. फक्त नाइट लॅम्प तेवढा चालू ठेवला होता. त्याच्या निळसर प्रकाशात तिथलं दृश्य स्वप्नवत, धूसर वाटत होतं.

''माझा अजूनही या सगळ्यावर विश्वास बसत नाहीय.'' डॉ. माजगावकर म्हणाले. कमिटीरूममध्ये ते, कौशिक, अमृतराव आणि डॉ. बिलिमोरिया असे सगळे जण जमले होते. हे असं का झालं याचा उलगडा कोणालाच झालेला नव्हता. ''प्रोफेसर बोसांवर पहिल्यांदा त्या रात्री हल्ला झाला तेव्हा मी फार घाबरून गेलो होतो. त्यांच्यासारख्या आंतरराष्ट्रीय ख्यातीच्या शास्त्रज्ञावर आमच्या इन्स्टिट्युटच्या आवारात, आमच्या आमंत्रणावरून ते इथं आले असताना असा हल्ला व्हावा, हे कुणालाही शोभून दिसणारं नव्हतं. बोसांच्या प्रकृतीपेक्षाही मला आमच्या इन्स्टिट्युटची, माझी स्वत:ची कशी बदनामी होईल, याचीच चिंता लागून राहिली होती. आय ॲम अशेम्ड टू से दॅट. पण खरंच आहे ते.''

''त्याची काळजी तुम्ही खरंतर करायला नको होती. मागं बंगलोरच्या इन्स्टिट्युट ऑफ सायन्समध्येही एका सेमिनारनंतर एक दहशतवादी हल्ला झाला होता. त्यात एका ख्यातनाम गणितज्ञाचा बळीही गेला होता. आपल्याला कितीही राग येत असला तरी ही आजची खरीखुरी परिस्थिती आहे. अशा दहशतवादी हल्ल्याबद्दल कोणीच यजमानांना दोष देत नाही.''

''हो! पण त्यासाठी हा हल्ला दहशतवाद्यांनी केला होता हे सिद्ध व्हायला हवं होतं ना! इथं तर तो कडेकोट बंदोबस्तात असताना झाला होता. जवळून झाला होता. त्यात बोसांचा जीवही जाण्याची शक्यता होती. बाहेरून कोणी आल्याचा काहीही पुरावा नव्हता हे तर तुम्हीच दाखवून दिलं होतंत. त्यामुळे

आतल्याच कोणीतरी तो केला असण्याची जबरदस्त शक्यता असल्याचं तुम्ही सांगितलंत तेव्हा तर मी अधिकच घाबरलो होतो.''

''पण त्यावेळची परिस्थिती ध्यानात घेता बाहेरून कोणी येण्याची शक्यताच नाही हे तर उघड दिसत होतं. आणि म्हणूनच आम्ही, म्हणजे मी आणि अमृतराव यांनी, आमच्या नेहमीच्या धाटणीनं विचार सुरू केला. म्हणजे हे कृत्य करण्याची संधी आणि सबळ कारण कोणाकडे होतं, याची यादी तयार करायला सुरुवात केली. संशयितांची ती पहिली लांबलचक यादी. त्यात तुमचाही समावेश केला होता डॉक्टर आम्ही.'' हसत-हसत कौशिक म्हणाले.

डॉक्टर माजगावकर दचकलेच. घाईघाईनं त्यांनी विचारलं, ''माझा?''

''हो! कारण रात्रीच्या वेळी इथं येण्याचा एकच मार्ग आम्हाला दिसत होता. बोसांच्या स्वीटची मास्टर की घेऊन दरवाजा उघडून आत जाण्याचा एकच मार्ग होता. आता ही मास्टर की कुणाकुणाला उपलब्ध होऊ शकेल याचा विचार केला असता, तुमचा मॅनेजर आणि स्वीटचा अटेन्डन्ट यांची नावं तर आलीच. पण तो मॅनेजर जसा लहान-सहान बाबीतही तुमच्या नावाचा जप सतत करत होता त्यावरून इन्स्टिट्युटमध्ये तुमचा दबदबा किती आहे, याची कल्पना आली होती. त्यामुळे तुम्ही मागितलीत तर ती चावी तो ताबडतोब तुमच्या हाती सुपूर्द करेल याविषयी मला शंका नव्हती.''

''मग माझ्यावरचा संशय गेला केव्हा?''

''ती लॉन्ग लिस्ट आम्ही हेतूच्या निकषावर शॉर्ट करायला घेतली तेव्हा. हेतू तर तसा कोणालाच नव्हता. त्यामुळे सरतेशेवटी एकच नाव त्या लिस्टमध्ये उरलं. मिसेस बोस. तसा हेतू तर त्यांच्याकडेही नव्हता. पण जबरदस्त संधी त्यांना एकटीलाच होती. शिवाय रात्री हल्ला झाल्यानंतर सकाळपर्यंत त्यांनी त्याबाबत मदत का मागितली नाही, हे गूढ होतंच. हल्ला होत असताना त्यांना त्याची काहीच चाहूल कशी लागली नाही हे गूढही आम्हाला सतावत होतं. त्याचा विचार करत असताना नेहमीप्रमाणं या आमच्या अमृतरावांनी मला मार्ग दाखवला. असा अंधारात प्रकाश किरण दाखवण्याची त्यांची हातोटीच आहे.''

''मी? अहो मी तर तुमच्यापेक्षाही जास्त गोंधळून गेलो होतो. मिसेस बोसांचं नावही त्या संशयितांच्या यादीत तुम्हीच टाकलंत. मला त्यांचाही संशय आला नव्हता.''

''असं काय करता अमृतराव! यांची ही खोड काही पसंत नाही मला डॉक्टरसाहेब. कळीच्या मुद्द्याचं सुतोवाच करायचं, गुंता कसा सोडवायचा याचं अचूक मार्गदर्शन करायचं आणि नंतर आपण त्या गावचेच नव्हे, असा आव आणायचा. आताही बघा ना, मी जेव्हा म्हटलं की मिसेस बोसांवरच माझा जास्त संशय आहे, त्या वेळी तुम्ही काय म्हणाला होता?''

"ते कसं शक्य आहे, इट इज इम्पॉसिबल, असंच म्हणालो होतो मी."

"नाही. तुमचे नेमके शब्द आठवताहेत मला. तुम्ही म्हणाला होता 'त्या कशाला आत्मक्लेश करून घेतील.' त्या आत्मक्लेशवरून मला वेगळ्याच दिशेनं विचार करायला हवा हे कळून आलं. त्यानंतरची तुमची मल्लिनाथी तर अफलातूनच होती. तुम्ही म्हणाला होता की, बाहेरून कोणी आलं नाही याचा अर्थ आतल्याच कोणाचंच तरी ते काम असलं पाहिजे. आतली माणसं दोनच. मिसेस बोस आणि प्रोफेसर बोस. म्हणजे संशयितांच्या यादीतून प्रोफेसर बोसांना वगळता येणार नाही हे किती खुबीनं सुचवलं होतंत तुम्ही. हॅट्स ऑफ टू यू!"

यावर नेहमीप्रमाणं मिठाची गुळणी धरून गप्प बसण्याशिवाय अमृतरावांकडे दुसरा मार्गच शिल्लक राहत नसे. या वेळीही त्यांनी तेच केलं. पण डॉ. बिलिमोरियांना राहवलं नाही.

त्यांनी विचारलंच, "मग त्या वेळीच त्यांचं इंटरॉगेशन कसाला नाही केलं. म्हणजे हे जे दुसऱ्या वखताला इन्सिडन्स जाला हाये ने ते झ्यालाच नसटा."

"संशय असणं ही एक बाब आणि तसा पुरावा मिळवून तो त्या व्यक्तीच्या समोर एखाद्या आरशासारखा धरणं ही दुसरी बाब. प्रोफेसर बोसांसारख्या व्यक्तीवर आम्ही जर तसा आरोप ठेवला असता, तर तुम्हीसुद्धा आम्हाला वेड्यात काढलं असतं. या अमृतरावांवर कमिशनरांची खप्पा मर्जी झाली असती. या डॉक्टर माजगावकरांनी तर आम्हाला इन्स्टिट्युटमध्ये कायमची बंदी केली असती. इन्स्टिट्युटची अब्रू राखायची आहे की तिचा जाहीर पंचनामा करून ती कायमची धुळीला मिळवायची आहे असंच विचारलं असतं यांनी.

म्हणून मग मी प्रोफेसर बोसांच्या व्यक्तिमत्त्वाचा जवळून अभ्यास करायला सुरुवात केली. कोणत्याही वैज्ञानिकाचं व्यक्तिमत्त्व, त्याच्या अंतर्मनातले विचार, त्याच्या लेखनातून, व्याख्यानांमधून व्यक्त होत असतात. कधी प्रकटपणे; कधी सुप्तपणे. यू वुईल ॲग्री वुइथ मी ऑन धिस डॉ. माजगावकर."

"नक्कीच."

"म्हणून मी त्यांचे सगळे पेपर्स वाचून काढले. तुमच्या इन्स्टिट्युटची लायब्ररी चोवीस तास उघडी असते, याचा मला फायदाच झाला. इथंच येऊन मी त्यांचे सगळे पेपर्स, त्यांची पुस्तकं, त्यांच्या व्याख्यानांचे रिपोर्ट्स, त्यांचे इतर लेख सगळं सगळं वाचून काढलं. त्यांच्या मतांमध्ये, त्यांच्या सिद्धान्तामध्ये कसकसा बदल होत गेला हेही तपासलं. त्यांच्या प्रकृतीची अवस्था जसजशी अधिक गंभीर होत गेली तसतसं त्यांचं संशोधन अधिक फुलत गेल्याचं माझ्या ध्यानात आलं. त्यांचे विचार अधिकाधिक नवनवोन्मेषशाली होत गेले. त्यांना फुलोरे फुटत गेले. पठडीपासून वेगळे असणारे, पॅरॅडाइम शिफ्ट घडवून आणणारे विचार

त्यांनी मांडायला सुरुवात केली. याच सुमाराला त्यांचं शरीर अधिकाधिक लुळं-पांगळं पडत गेलं. पण बुद्धिमत्ता, मेंदू अधिकाधिक प्रखर होत गेला. अधिकाधिक ताजा, तेजोमय होत गेला. साधारण याच सुमाराला त्यांनी आपल्या लाडक्या सिद्धान्ताची मुहूर्तमेढ रचली. माणसाचं शरीर अनावश्यक आहे. माणूस जन्माला येतो तो त्याच्या मेंदूला आपलं कार्य बिनबोभाट करण्याची भरपूर संधी मिळावी म्हणून. पण सामान्य माणूस त्या शरीराचे चोचले पुरवण्यातच मग्न होतो. त्यामुळे मेंदू त्या शरीराचं, शरीरक्रियांचं नियंत्रण करण्यातच आपला बहुमोल वेळ घालवत बसतो. स्वतंत्र विचारासाठी त्याला वेळही मिळत नाही की त्याच्याजवळ शक्तीही राहत नाही. म्हणूनच प्राचीन काळातले ऋषिमुनीही ज्ञानसाधनेसाठी तपश्चर्या करताना शरीराला विसरून जात. तहान-भूक विसरून ध्यानधारणा करत असत. ते रूढार्थानं न घेता लौकिकार्थानं घेतलं तर प्रोफेसर बोसांनी आपला जीवनक्रम ज्याप्रकारे चालवला होता त्याकडे आपण येतो, हे माझ्या ध्यानात आलं. आपला लाडका सिद्धान्त ते प्रत्यक्षात जगत होते. तो सिद्ध करण्यासाठी किती शास्त्रीय पुरावा आवश्यक आहे, त्याचं स्वरूप काय असावं, हे मला माहिती नाही. पण माझ्यासारख्या सामान्य माणसाला त्यांनी आपल्या जीवनक्रमाद्वारेच तो सिद्ध करून दाखवला आहे असं वाटत होतं. त्यांच्या शरीराला काही अर्थच नाही. केवळ त्यांच्या मेंदूला आपलं काम करता येण्यासाठी आवश्यक ती ऊर्जा पुरवण्यापलीकडे ते काहीच करत नाहीय. एरवी त्याचा अडसर झाला असता, कारण त्याच्या दुर्बलतेमुळे बोस इतरांशी संवाद साधायला असमर्थ ठरत होते. पण त्या खास संगणकाच्या मदतीनं, त्या स्पीच सिंथेसायझरच्या मदतीनं त्यांनी त्यावरही मात केली होती. त्यामुळे आपल्या शरीराला तुच्छ, नगण्य लेखण्याकडे त्यांची प्रवृत्ती होत चालली होती. ते किती नष्टप्राय केलं तर आपल्याला त्याच्यापासून सुटका करून घेऊन आपलं काम व्यवस्थित करता येईल, हे पाहावं असा काहीतरी विचार त्यांच्या मनात प्रबळ होत चालला होता. माणूस जितका प्रतिभाशाली तितकाच तो सामान्य जगाला विक्षिप्त वाटत जातो. त्याच्या दृष्टीनं त्याच्या विचारात तर्ककठोर संगती असते. पण सामान्य जगाला तो वेडेपणा वाटतो. एका विशिष्ट क्षणी आपल्या कल्पना म्हणजेच सत्य अशा काहीशा भ्रमात तो जातो. बोसांचीही हीच अवस्था झाली असावी आणि त्या भरात त्यांनी स्वत:च्या बुद्धिमत्तेच्या आड येऊ पाहणाऱ्या त्या शरीरावर आघात करण्याचा विचार केला असावा, असं मला वाटू लागलं. जसजसा मी त्यांच्या विचारांचं अधिकाधिक परिशीलन करू लागलो, तसतसा माझा विचारही बळावत गेला.

"त्यात आणखी एका निरीक्षणानं तर माझी तशी खात्रीच झाली. डॉ. बिलिमोरिया, तुम्ही प्रोफेसर बोसांवर पहिल्यांदा हल्ला झाला त्या वेळी तपासलं होतंत. तुमच्याही

आधी डॉ. पळसुल्यानी त्यांना तपासलं होतं. त्यांच्यावर काय उपचार करावे याचा निर्णय काही पळसुल्यांना घेता आला नाही. पण त्यांनी बोसांना झालेल्या जखमांची व्यवस्थित पाहणी केली होती. त्यामुळे मी त्यांना विचारताच त्यांनी सांगून टाकलं."

"हां! आटा टुमी म्हणटे तवा मलाबी ते मिस्टिरियस वाटला होटा."

"कशाबद्दल बोलता आहात तुम्ही?" काहीच न कळून डॉ. माजगावकर म्हणाले.

"त्या जखमांच्या स्वरूपाबद्दल. बोसांच्या शरीरावर एकंदरीत चार जखमा झाल्या होत्या. त्यातल्या छातीवरच्या दोन आणि पोटावरची एक या थोड्या मेजर होत्या. राइट डॉक्टर?"

"दॅट इज करेक्ट. चेस्टवरचा एक तर कॉज ऑलमोस्ट ओव्हर हिन हार्ट. पण सुपरफिशियल होती. म्हणून तर ते बचावला."

"हो! पण या जखमा खालून वर झाल्या होत्या. एखाद्या शस्त्राचा हल्ला जेव्हा शरीरावर होतो, तेव्हा ते शस्त्र शरीरात नेमकं कसं शिरलं यावर त्या जखमेचं स्वरूप अवलंबून असतं. समोरून हल्ला झाला, तलवार किंवा जंबिया खुपसला गेला तर जखम एकदम हॉरिझोन्टल असते. तोच हल्ला जर तुमच्यापेक्षा उंच माणसानं केला तर त्याचं शस्त्र वरून खाली येतं. म्हणजे जखम तशीच वरून खाली झालेली असते. उलट खालून वर होणारी जखम हल्लेखोर तुमच्यापेक्षा बुटका असल्याची खूण असते.

"प्रोफेसरांच्या अंगावरच्या जखमा अशाच खालून वर झाल्या होत्या. पण प्रोफेसर तसे नेहमी खुर्चीतच बसून असतात. तेव्हा त्यापेक्षाही बुटका कोण असणार?"

"पण हल्ला तर ते बिछान्यात असतानाच झालेला आहे."

"प्रिसाईज्ली बरोबर, म्हणजे हल्लेखोर हा वरूनच वार करेल. फार-फार तर समोरून वार करेल. मग जखम वरून खाली किंवा हॉरिझॉन्टल व्हायला हवी. पण तसं नव्हतं. सगळ्याच जखमा खालून वर झालेल्या होत्या. आता बिछान्यात पडलेलं असताना जर कोणी आपल्याच अंगावर एखादं शस्त्र चालवण्याचा प्रयत्न केला, तर अशी जखम होणं शक्य आहे. तरीही हात वर उठत असतो. त्यामुळे निदान काही जखमा तरी वरून खाली अशा स्वरूपाच्या असायला हव्यात. पण सगळ्याच खालून वर अशा होत्या, म्हणजे हल्लेखोराचा हात वर उठत नव्हता. तो दुबळाही असावा. नाहीतर जखमा इतक्या वरवरच्या राहिल्या नसत्या.

"या सगळ्यावरून मला प्रोफेसर बोसांनीच स्वत:ला त्या जखमा करून घेतल्या असाव्यात अशी शंका यायला लागली. तरीही त्यांची मनोवृत्ती तसा हल्ला करायला केव्हा प्रवृत्त होईल, हे बघायला हवं होतं. गेल्या वेळी त्यांच्या व्याख्यानानंतर त्यांनी तसा प्रयत्न केला होता. व्याख्यानाच्या वेळी ते परत-परत आपला सिद्धान्त

मांडत असतात. सर्व बाजूंनी त्याचा विचार करून त्याची बांधणी करत असतात. तेच-तेच विचार परत-परत त्यांच्या मनात घुटमळत असतात. म्हणून मी त्यांच्या या दुसऱ्या व्याख्यानापर्यंत थांबलो. माझी शंका पडताळण्यासाठी त्यांच्या बेडरूममध्ये नाइटव्हिजन गॉगल्स घालून मी आणि अमृतराव दबा धरून बसलो. अमृतरावांना मी माझी शंका बोलून दाखवली नव्हती. कारण त्यांच्या रूपात मला इंडिपेन्डन्ट अँड अनबायस्ड विटनेस हवा होता. खरंतर माझी शंका मी कुणालाच बोलून दाखवली नव्हती. फक्त हल्लेखोराला आज पकडता येईल एवढंच सांगून मी डॉक्टर माजगावकरांची आणि मिसेस बोसांची परवानगी मिळवली होती. या सगळ्या प्रकारात मिसेस बोसांना प्रचंड मनस्ताप झालेला आहे. पण अतिशय धीराच्या आहेत त्या. बोसांच्या प्रतिभेला खरं खतपाणी त्यांनी घातलं आहे. पण त्या उपेक्षित राहिल्या आहेत.''

''खरं आहे तुमचं म्हणणं. बोसांनी आत्मक्लेश करून घेण्याच्या उद्देशानं स्वत:वरच तो हल्ला केला. पण मिसेस बोसांनी आयुष्यभर आत्मक्लेश करून घेतला आहे. वेगळ्या प्रकारची तपश्चर्या त्यांनी केली आहे.''

''बाकी अमृतराव तुम्ही 'आत्मक्लेश' या शब्दाचा वापर करून योग्य दिशा दाखवली नसतीत, तर मात्र प्रोफेसर बोसांवरच्या हल्ल्याचं हे गूढ कधीच उकललं गेलं नसतं. माय कॉमप्लिमेन्ट्स!''

त्यांना दुजोरा देत माजगावकर आणि बिलिमोरियांनीही अमृतरावांचे हात हातात घेऊन त्यांचं अभिनंदन करायला घेतल्यावर त्यांना काही बोलणंच कठीण होऊन बसलं. कौशिक मात्र नामानिराळं होत आपला पाइप पेटवण्यात दंग होऊन गेले होते.

◆

। कोव्हॅलंट बाँड ।

अमृतराव आज जरा वैतागलेलेच होते. वास्तविक ते तसे कधीच वैतागत नसत. अगदी कठीण केस असली, भलत्याच पेचप्रसंगात सापडलेले असले, तर त्यांना ताणतणाव जाणवत असे. पण अशा वेळी ते डॉक्टर कौशिकांना साकडं घालत आणि त्यांनी लक्ष घालायचं ठरवलं की अमृतरावांचा ताणकाटा एकदम सैल पडत असे. तसे कौशिक कोणत्या तरी नव्या वैज्ञानिक सूत्राचा मागोवा घेत केसपासून दूर जाताहेत असं दिसू लागलं की, त्यांना त्यांची चीड येत असे. नाही असं नाही. पण त्याही वेळी ते वैतागत नसत. कौशिक जरी वाट चुकल्यासारखे वाटत असले तरी मूळ धागा त्यांनी सोडलेला नसतो, याची जाणीव आजवरच्या अनुभवातून त्यांना होत असे. त्यामुळे वाट पाहत ते स्वस्थ बसत असत.

पण आज मात्र ते वैतागले होते. वास्तविक पाहता हातातली केस काही तेवढी गुंतागुंतीची नव्हती. खरंतर त्यांच्यापर्यंत ती तशी यायलाच नको होती. खालच्या कोणीतरी सब इन्स्पेक्टरनं, फार-फार तर इन्स्पेक्टरनं हाताळावी अशीच ती केस होती. पण आता तिचा चार्ज त्यांच्यावर सोपवण्यात आला होता. आणि तातडीनं तिचा सोक्षमोक्ष लावण्याच्या ऑर्डर्स दिल्या गेल्या होत्या.

त्यामुळेच ते वैतागले होते. विनाकारण आपला वेळ वाया जात आहे, अशी त्यांची भावना झाली होती. त्यांचाच कशाला त्यांच्या हाताखालच्या त्या दोन असिस्टंट कमिशनरांचा वेळही वाया जात आहे असंच त्यांना वाटत होतं.

केस अगदीच साधी होती. खरंतर अजूनही ती केस आहे की काय याचीच अमृतरावांना शंका येत होती. तशी ती नीरा वेलणकर आणि मुकुंद राऊत यांनाही येत होती. दोघंही आयपीएस झालेले असिस्टंट कमिशनर होते. त्यांची आजवरची

कारकिर्द अतिशय उत्तम होती. सचोटीचे आणि बुद्धिमान पोलीस अधिकारी अशीच त्यांची ख्याती होती. मुकुंद तर आयआयटीचा पदवीधर होता. नीरानं बायोटेक्नॉलॉजीमध्ये एम.एस्सी केल्यावर आयआयएमची पदवी मिळवलेली होती. वाटलं असतं तर आज ते त्यांना सध्या मिळतो आहे, त्यापेक्षा चौपट-पाचपट पगारावर अतिशय आरामाची नोकरी करत राहिले असते. कदाचित उद्योजक बनून त्यांनी खोऱ्यानं पैसा ओढला असता. देशाला हव्या असलेल्या कोणत्यातरी अत्याधुनिक वस्तूचं उत्पादन केलं असतं. एखाद्या असाध्य वाटणाऱ्या रोगावरचं नवीन औषध शोधून काढलं असतं.

पण हुशार तरुणांनी, स्वत:ची गुणवत्ता स्वतंत्रपणे ज्यांनी दाखवून दिली आहे अशा बुद्धिमान तरुणांनी प्रशासन, पोलीस यांसारख्या सार्वजनिक सेवांमध्येही दाखल होऊन त्या यंत्रणांचा दर्जाही सुधारण्यास मदत करायला हवी, अशा भूतपूर्व राष्ट्रपती डॉ. अब्दुल कलाम यांनी एका पदवीदान समारंभात केलेल्या आवाहनाला साद देऊन दोघांनी आयपीएसमध्ये प्रवेश घेतला होता. त्यांनी आयएएस किंवा आयएफएस मध्येही जरी प्रवेश घेतला असता, तरी ते अधिक महत्त्वाच्या पदांवर पोचले असते. त्या मानानं पोलीस सेवा ही नाही म्हटलं तरी दुर्लक्षित. शिवाय राजकारण्यांनी तिच्यावर ताबा मिळवून ती संपूर्ण नासवून टाकलेली. एखादा अतिशय कर्तव्यदक्ष अधिकारी आपल्या मार्गात आडवा येतो आहे, असं दिसून आलं की त्याची बदली कुठंतरी दुर्गम भागात करायची किंवा भ्रष्टाचाराच्या तथाकथित आरोपाखाली त्याला कायमचं आयुष्यातून उठवायचं ही इथली प्रथा. आपले कितीतरी वरिष्ठ अशा प्रकारे बदनाम झालेले किंवा खितपत पडलेले त्यांनी पाहिले होते. तरीही नीरा आणि मुकुंद यांनी पोलीस सेवाही सोडलेली नव्हती की आपली तत्त्वंही सोडलेली नव्हती. त्यांच्या सुदैवानं त्यांना अमृतरावांसारखे आणि सध्याच्या कमिशनरांसारखे वरिष्ठही लाभलेले होते. त्या दोघांनाही नीरा आणि मुकुंद यांच्या कामाची, गुणवत्तेची, सचोटीची कदर होती. त्यामुळे या दोघांनाही आपलं काम करण्यास हुरूप वाटत असे. विशेषत: नीराची तर तशी भलतीच तारांबळ उडत असे. एका बाजूला आपला संसार, खास करून लहान मुलं आणि दुसऱ्या बाजूला स्थल-कालाचं कसलंही बंधन नसलेली पोलीस कारकिर्द यांच्यामध्ये वेळेचा समतोल सांधणं, ही तारेवरची कसरतच होती. पण ऑफिसात जसा तिला अमृतरावांसारखा समजून घेणारा वरिष्ठ लाभला होता तसाच घरीही नरेंद्रसारखा पती मिळाला होता. तोही आयआयएमचा पदवीधर होता आणि आज एका आयटी कंपनीत सीनियर बिझिनेस कन्सल्टंट म्हणून काम करत होता. इन्फर्मेशन टेक्नॉलॉजीचा प्रवेश जीवनाच्या निरनिराळ्या आणि आजवर अपेक्षा न केलेल्या क्षेत्रांमध्ये करण्याच्या प्रयत्नात तो मग्न होता. तिच्या हाती आलेल्या काही केसेसमध्येही त्यानं आयटीचा

वापर करून काही गुन्हेगारांचा सुगावा लावण्याचे काही अनोखे अल्गॉरिदम्स विकसित केले होते. त्यापायी नीराची वाहवा झालेली असली, तरी तिनं उघडपणे त्याचं श्रेय नरेंद्रला दिलं होतं. त्यावरून पोलिसदलासारख्या अतिशय संवेदनशील सेवेत बाहेरच्या मंडळींचा प्रवेश अशा तऱ्हेनं होऊ देणं, हे देशाच्या सुरक्षेला घातक असल्याची टीका काही विघ्नसंतोषी प्रसारमाध्यमांनी केली होती. तिच्या सुदैवानं तिच्या वरिष्ठांनी तर त्याची दखल घेतली नाहीच, पण आयटी-बीटी क्षेत्रातल्या आपल्या जागतिक स्तरावरच्या मर्दुमकीनं आत्मविश्वास दिलेल्या अनेक उच्चशिक्षित तरुणांनी ब्लॉगचा वापर करत अशा प्रकारच्या नकारात्मक विचारांवर जोरदार हल्ला चढवायला प्रारंभ केला होता. त्यामुळे त्या टीकेच्या परस्पर चिंधड्या उडवल्या गेल्या. ज्यांच्या जीवावर देशाच्या अर्थव्यवस्थेचा वारू तुफान वेगानं दौडत चालला होता, त्यांना दुखवायला राज्यकर्तेही आजकाल सहजासहजी तयार होत नसत. त्यामुळे नीरावर काही दोष येण्याऐवजी पोलिसदल आधुनिक बनवण्याच्या तिच्या प्रयत्नांची प्रशंसाच केली गेली होती. आणि तिची वर्णी त्या उद्देशानंच स्थापन केलेल्या समितीवरही लावण्यात आली होती.

आपल्याला वाटत असलेली शंका अमृतरावांनाही वाटतेय, याची त्यांना खात्रीच होती. त्यामुळेच ती बोलून दाखवण्यापासून आतापर्यंत त्यांनी स्वत:ला रोखलं होतं. पण आता जेव्हा कमिशनरांची केसचा तातडीनं सोक्षमोक्ष लावण्याची ऑर्डर असल्याचं अमृतरावांनी त्यांना जेव्हा सांगितलं, तेव्हा मात्र नीराला राहवलं नाही.

''पण सर ही केस आहे हे कुठं नक्की झालंय अजून?''

''एक्झॅक्टली!'' तिची री ओढत मुकुंदही म्हणाला, ''तेव्हा तिचा निकाल लावायचा कसा? आणि तोही तातडीनं?''

अमृतरावांनी विषादानं आपली मान हलवली.

''समजतंय मला ते. माझी भूमिका तुमच्यापेक्षा वेगळी नाही. खरंतर कमिशनरसाहेबांचीही तशी ती नाही. पण तुम्हाला माझा आणि मला त्यांचा बफर आहे. आपल्याला आपल्या बचावासाठी त्यांचा ढालीसारखा वापर करता येतो. त्यांना तसा बफर कोणता आहे? आपण आपली मतं सडेतोडपणे त्यांना ऐकवू शकतो. ते कोणाला ऐकवणार? राजकारणी, वरिष्ठांना तोंड देण्यापासून ते आपला बचाव करू शकतात. पण त्यांचा बचाव कोण करणार?''

''तो आपल्यालाच करावा लागणार आहे.'' मुकुंद स्वत:शीच पुटपुटल्यासारखा बोलला.

''एक्झॅक्टली!'' त्याची नक्कल करत अमृतराव म्हणाले. त्यावर सगळेच हसत सुटले. वातावरणातला तणाव काही क्षणांपुरता तरी नाहीसा झाला.

''पण कमिशनरसाहेबांवर तरी असा दबाव कोणी आणलाय?'' नीरानं विचारलं.

"वरवर पाहता गृहमंत्र्यांनी. पण त्यांच्यावरही दबाव आणलाय तो या प्रसारमाध्यमांनी. अतिशय बेजबाबदारपणे वागायला लागली आहेत ही मंडळी. विशेषत: इलेक्ट्रॉनिक मीडियांनी तर ताळतंत्रच सोडलाय. त्यांनीच दादरमधली ती बातमी तिखट-मीठ लावून दिवसभर दाखवली. त्यामुळे लोकही खवळून उठले आहेत. ते जाब विचारायला लागले आहेत – पोलीस काय झोपा काढताहेत?''

"वेळेवर सोडा, दिवसाभरातून थोडीशी झोप मिळाली तरी नशीब आमच्या शिपायांचं!'' नीरा म्हणाली. पण तिलाही त्या 'काळ' वाहिनीवरच्या बातमीबद्दल चीड आलेली होती.

एका शाळेजवळ लिमलेटच्या गोळ्या विकणाऱ्या एका फेरीवाल्यानं आपला माल विकण्यासाठी एक जरा आगळीच शक्कल लढवली होती. आपल्या गोळ्यांची काही रिकामी पाकिटं शाळेच्या आवारात लपवून ठेवलेली आहेत. ती शोधून आणणाऱ्याला एका पाकिटावर एक पाकीट फुकट असा काहीतरी विक्रीचा प्रयत्न त्यानं केला होता. त्या निमित्तानं तिथले विद्यार्थी वरचेवर त्याला भेटत होते. काही जण फुकट गोळ्या मिळवून खूश झाले होते. निराश झालेले काही रडकुंडीला आले होते. त्यातल्याच कुणीतरी तो फुकट काहीच देत नाहीये, उलट दामदुप्पट किमतीनं आपला माल विकून अजाण मुलांची फसवणूक करतोय असा आरोप केला. त्यातून बाचाबाचीला सुरुवात झाली होती. ती जरा हाताबाहेर जाऊन तिथल्या काही उद्योग नसलेल्या रिकामटेकड्या मंडळींनी त्या विक्रेत्याला बेदम मारहाण केली होती. त्याचंच चित्रण त्या वाहिनीच्या छायाचित्रकारानं केलं होतं.

इथवर ठीक होतं. पण त्याचीच ब्रेकिंग न्यूज करून ती आपल्या वार्तालापात दाखवताना त्या वाहिनीच्या वृत्तनिवेदकांनी त्याला भडक स्वरूप देत तो इसम मुलं पळवणाऱ्या टोळीचा सदस्य असल्याची माहिती आपल्याला मिळालेली आहे, असं सांगितलं. त्याला पोलिसांच्या ताब्यात दिलं गेलं. पण त्यांनी एफआयआरही दाखल करून न घेता त्याला सोडून दिलं. आपल्या मुलांच्या संरक्षणासाठी आता आपणच सरसावायला हवं, असं काहीतरी आवाहन केलं होतं.

सगळं बोलणं संदिग्ध होतं. कोणताही ठाम पुरावा सादर केला नव्हता. एफआयआर दाखल करून घ्यायला कोणी नकार दिला, हे त्या प्रतिनिधिला विचारूनही त्यानं सांगितलं नव्हतं. मुळात कोणी आलंच नव्हतं, तर नकार देण्याचा प्रश्नच उद्‌भवत नाही, हे पोलिसांच्या प्रवक्त्यांनी सांगितल्यावरही ही त्यांची मखलाशी आहे, स्वत:चा नाकर्तेपणा झाकण्याचा प्रयत्न आहे, अशी उलट मल्लिनाथी त्या वाहिनीनं केली होती.

प्रसारमाध्यमांमध्ये असलेल्या जीवघेण्या स्पर्धेनं या साध्या घटनेचं एका गंभीर प्रकरणात रूपांतर केलं होतं. दुसऱ्या दिवसापासून शहरातल्या अनेक भागांतून

शाळकरी विद्यार्थ्यांना पळवण्याचे प्रयत्न झाल्याच्या बातम्या आल्या होत्या. त्या खऱ्या-खोट्या याची शहानिशा करण्याचा कोणीही प्रयत्न केला नव्हता. सगळीकडे घबराट पसरली होती. ती अनाठायी आहे, आमचं सगळीकडे लक्ष आहे असं सांगण्याचा प्रयत्न पोलिसांनी केल्यावरही ती ओसरली नव्हती. उलट तिच्यात वाढच होत चालली होती. शाळांच्या, लहान मुलांच्या किंडरगार्टनच्या आसपास दिसणाऱ्या कोणाही अनोळखी माणसाला हटकून मारण्याचे प्रकार वाढीला लागले होते. त्याचा काही निष्पाप मंडळींनाही फटका बसला होता. काही गल्ली दादांनी त्याचा फायदा करून आपली काही जुनी देणी फेडून घेण्याचे प्रयत्नही झाले होते. सगळा सावळागोंधळ माजला होता. या प्रकरणाचं राजकीय भांडवल करून पोलिसांवर कोरडे ओढण्याचा आणि या साऱ्या प्रकरणाची नैतिक जबाबदारी स्वीकारून गृहमंत्र्यांनी राजीनामा द्यावा, अशी मागणी करण्यापर्यंत मजल गेली होती. त्यापायी एरवी शांत असणारे गृहमंत्रीही अस्वस्थ झाले होते. त्यांनी पोलीस कमिशनरांना धारेवर धरलं होतं. आणि त्यांनी अमृतरावांना.

आणि ही सारी लाट आता नीरा आणि मुकुंद यांच्यापर्यंत येऊन ठेपली होती.

''पण ही सगळी वाऱ्यावरची वरात असल्याचंच आतापर्यंतच्या तपासातून दिसून आलं आहे. जिथं-जिथं असे काही प्रकार झाल्याची बातमी होती तिथं सगळीकडे तपास केला आहे.''

''आणि त्यातून काहीही निष्पन्न झालेलं नाही. बहुतेक ठिकाणी तसं काही झाल्याचा तिथल्या नागरिकांनी इन्कारच केला. इतरांनी असंच कोणाकडून तरी तसं काही घडल्याचं ऐकल्याचं सांगितलं होतं. प्रत्यक्ष मुलं पळवण्याचा काही प्रकार झाल्याचं पाहिलंय असं सांगणारा कोणीही पुढे आलेला नाही.''

''तरीही पोलिसांच्या ससेमिऱ्याला घाबरून कोणी साक्षीदार पुढे यायला कचरतोय असंच ही पत्रकारमंडळी म्हणणार. आपली इमेज फारच खराब झालेली आहे.''

''पण त्यांनीच तर ती तशी करून ठेवलेली आहे.''

''हे म्हणजे, कॉल अ डॉग मॅड अ‍ॅन्ड शूट हिम! स्वत:च फिर्यादीच्या पिंजऱ्यात जाऊन आरोप करायचे आणि मग जागा बदलून न्यायाधीशांच्या खुर्चीवर बसून निवाडाही सुनवायचा.''

''हं!'' एक लांबलचक सुस्कारा सोडत अमृतराव म्हणाले. ''आहे खरी तशी परिस्थिती. हे जग न्यायी आहे, असं कुणी सांगितलं तुम्हाला? पण तसं म्हणून आपल्यापुढचा पेचप्रसंग सुटणारा नाही. आपल्या खबऱ्यांना गाठायला हवं.''

''त्यांच्याकडूनच तर काही लीड मिळालेला आहे, सर.'' नीरानं सांगितलं.

''म्हणूनच आज ही कॅम्पेन केलीय. सेंट व्हिन्सेन्ट स्कूलजवळ गेले दोन-तीन दिवस एक इनोव्हा उभी असते, अशी माहिती पुरवलीय त्यांनी.''

"पण ती तशीच कोणीतरी पार्क केली असेल. आजकाल पार्किंगचा किती प्रॉब्लेम झालाय. तिथं काम असणाऱ्या कोणीतरी सहज मिळाली जागा म्हणून ती तिथं पार्क केली असेल."

"त्याचीही चौकशी केलीय आम्ही. एकतर त्या गाडीच्या सगळ्या काचा एकदम काळ्या केलेल्या आहेत. शिवाय आत कोणीतरी सतत बसलेलं असतं याचीही खात्री करून घेतलीय."

"पण आपली गाडी टो करून नेऊ नये म्हणून कित्येक वेळा ड्रायव्हरना असं बसवून ठेवतात."

"येस सर! ती शक्यता नाकारता येत नाही. खरंतर गाडीच्या काचा आरटीओच्या नियमांचा भंग करणाऱ्या आहेत, या कारणावरून आपल्या साध्या कपड्यातील एका पोलिसानं त्या व्यक्तीची चौकशी करण्याचा प्रयत्न केला. तो ड्रायव्हर असता तर त्याला घाबरण्याचं काहीच कारण नव्हतं. तुम्ही चलान द्या, मी मालकांना देतो असं सांगू शकला असता तो. पण आपल्या माणसानं हटकताच तो भलताच अस्वस्थ झाला. तिथून निघून जाण्याची घाई करायला लागला. त्याला जास्त वेळ थांबवून ठेवणंही कठीण होतं. शिवाय आम्हीच त्यानं मुलांजवळ जाण्याचा प्रयत्न करण्याआधी त्याला पकडण्याची घाई करू नका, असं सांगितलं होतं. वुई वॉन्ट टू गिव्ह देम ए लॉन्ग रोप, सर."

"खूपच छान!"

"पण काल परत त्या खबऱ्यानं माहिती आणलीय. त्यानुसार आज काहीतरी प्रकार होण्याची शक्यता आहे, असं सांगितलंय. म्हणून आज आम्ही फोर्सही वाढवलाय. पण आपल्या गाड्या किंवा माणसं त्या इनोव्हामधून सहजासहजी दिसणार नाहीत, अशीच ठेवली आहेत. शाळेच्या प्रिन्सिपलना विश्वासात घेऊन दोघा जणांना गेटवरचे वॉचमन म्हणून ठेवलंय."

"हे चांगलं केलंत. पण तो खबऱ्या विश्वास ठेवण्यालायक आहे ना?"

"येस सर. त्याच्याशी संपर्कात असलेल्या इन्स्पेक्टर प्रधानांनी त्याची ग्वाही दिलीय. मलाही तशी थोडी माहिती आहे त्याची. आजवर बरीच मदत झालीय आपल्याला त्याच्याकडून."

"शिवाय –" तितक्यात मुकुंदचा मोबाइल वाजला. स्क्रीनवरचा नंबर पाहताच तो फील्डमधून आलाय, हे त्यानं ओळखलं. घाईघाईनं त्यानं तो कानाला लावला.

"येस?" त्यानं विचारलं. पलीकडून कोण आणि काय बोलतंय, हे नीरा आणि अमृतरावांना ऐकू येत नव्हतं. पण मुकुंदच्या चेहऱ्यावरच्या पावसाळ्यातल्या ढगांसारख्या झरझर बदलत्या हावभावांवरून काहीतरी महत्त्वाची खबर आहे हे त्यांनी ओळखलं होतं. अमृतराव खुर्चीतल्या खुर्चीतच ताठ होऊन बसले होते. नीरा

तर उठून उभी राहिली होती. घाईघाईनं तिथून निघून जाण्याच्या पवित्र्यात.

"ऑल राइट. आम्ही पोचतोच आहोत तिथं. पण आम्ही येण्यापूर्वी शक्यतो कोणतीही ॲक्शन घेऊ नका. ती गाडी तिथून निघून जाऊ शकणार नाही, याची व्यवस्था केली आहेत ना?"

त्यावर बहुतेक होकारार्थी उत्तर आलं असावं. कारण मुकुंद ते ऐकून शांतच राहिला होता. आणि आपला मोबाइल बंद करून त्यानं समोरची आपली कॅप उचलून डोक्यावर ठेवायला सुरुवात केली होती.

"आता तिथं काहीतरी होणार आहे असं वाटतंय सर आपल्या माणसांना. आज पहिल्यांदाच त्या गाडीतला तो इसम गाडी बंद करून बाहेर पडलाय. शाळा सुटायची वेळ झालीय. मुलं आता बाहेर यायला लागतील. तो हळूहळू गेटच्या दिशेनं सरकतोय, असं त्या वॉचमननी सांगितलंय. आम्हीही तिथंच जातो सर. नीरा, कमिंग?"

"ऑफ कोर्स!" नीरा तोवर दरवाजापर्यंत पोचलीसुद्धा होती.

"कीप मी इन द लूप." अमृतरावांनी सोडलेली ऑर्डर त्या दोघांना ऐकू गेलीच असली, तरी तिला त्यांनी प्रतिसाद दिला नव्हता. ते दोघं तोपर्यंत बिल्डिंगबाहेर पडून आपल्या गाडीत बसली असतील, याची खात्री त्यांना वाटत होती.

शाळेशेजारच्या एका आडगल्लीत इन्स्पेक्टर प्रधान त्यांची वाट पाहत होते. त्यांना सॅल्युट करायलाही वेळ न देता मुकुंदनं त्यांचं बकोट धरत त्यांना गल्लीच्या तोंडाकडे खेचत विचारलं,

"आताची परिस्थिती काय आहे?"

प्रधान काही बोलणार तोच शाळेच्या घंटेचा आवाज त्यांच्या कानावर पडला. प्रधानांचा वॉकीटॉकीही वाजला.

"हं, माने काय आहे?"

"हा माने कोण?"

"वॉचमनच्या रूपात वावरणारा आपलाच हवालदार आहे, सर."

"पण त्याच्याकडे वॉकीटॉकी? त्या माणसाला संशय नाही येणार?"

"त्याचा बंदोबस्त केलाय आम्ही. वॉकीटॉकी टॉयलेटमध्ये ठेवलाय. तिथूनच तो बोलतोय."

"काय म्हणतोय?"

वॉकीटॉकीमधून येणारा मेसेज प्रधान ऐकणार तो त्यांच्याकडून वॉकीटॉकी घेत नीरा म्हणाली, "माने मी वेलणकर बोलतेय. काय होतंय?"

"शाळा सुटलीय मॅडम. मुलं झुंडीनं बाहेर पडताहेत. तो इसम आता गेटजवळ येऊन उभा आहे. इतर पालकही आहेत. त्या गर्दीतच तो आहे."

“ठीक आहे. लक्ष ठेवा. आणि तिथंच राहून कळवत जा. गेटवर दुसरं कोणीतरी आहे ना?”

“हो मॅडम, जाधव आहेत. शिवाय एक लेडी पोलिसही आहे पालकांच्या गर्दीत.”

वॉकीटॉकी कानावरून हटवत नीरा मुकुंदला म्हणाली, “मला वाटतं आपल्या सगळ्या युनिट्सना ॲलर्ट राहायला सांगितलं पाहिजे.”

“यू आर राइट. प्रधान काय व्यवस्था आहे ऑर्डर्स द्यायची?”

पण त्याचं उत्तर न देता प्रधानांनी आपल्या सगळ्या युनिटना तशी ऑर्डर देऊनही टाकली.

त्यावर मुकुंद काही बोलणार तोच नीराच्या हातातल्या वॉकीटॉकीमधून एकदम जोराचा आवाज यायला लागला. तिनं घाईघाईनं तो कानाला लावला.

“त्या माणसानं एका मुलीला थांबवलंय मॅडम... हो! तो तिच्याशी काहीतरी बोलतोय... आता त्यानं तिचा हात आपल्या हातात घेतलाय. ती त्याला ओळखत नसावी. कारण ती घुटमळतेय. त्याच्याबरोबर जायला ती तयार असलेली दिसत नाही. तो आता तिला जरा ओढायचा प्रयत्न करतोय. ती त्याच्याशी तशी झगडत नाहीय. पण, पण... आता त्यानं तिचं दप्तर आपल्या खांद्यावर घेतलंय आणि तो, तो, तो –”

“– तो काय?” अधीरपणे नीरा जवळजवळ किंचाळलीच.

“तो आता तिला गाडीकडे घेऊन चाललाय.”

“ठीक आहे. प्रधान सगळ्यांना पुढे होऊन त्याला पकडायला सांगा. तो निसटता कामा नये. आणि त्याच्याबरोबरच्या मुलीलाही काही होता कामा नये. आरडा-ओरडा न करता त्याला पकडायला हवं.”

“हो मॅडम!” जवळच्या गाडीतला रेडिओ खेचत प्रधानांनी ऑर्डर्स सोडल्या.

“गो, गो, गो...” ते शेवटी म्हणाले.

तोपर्यंत तीन निरनिराळ्या युनिटमधली माणसं गाडीजवळ पोचली होती. तो माणूस गाडीपर्यंत येण्याची वाट पाहत शांतपणे उभे होते. गाडीकडे न पाहता. कोणालाही संशय येणार नाही असे. एकानं थांबून सिगरेट पेटवायला सुरुवात केली होती. पण वाऱ्यामुळे त्याची काडी एकसारखी विझत होती. दुसरा एक जण बुटाची सुटलेली लेस बांधायला खाली वाकला होता. तिसरा एक जण टाचा उंचावत समोरच्या गर्दीत कोणाला तरी शोधत होता.

तो माणूस त्या मुलीचा हात धरत गाडीजवळ पोचला. दहा वर्षांच्या त्या मुलीच्या मनात कसलीतरी शंका अजूनही असावी अशीच तिची चर्या होती. तिची पावलं ओढल्यासारखी पडत होती. गाडीचे दरवाजे उघडण्यासाठी हातातल्या

रिमोटवरचं बटण त्या माणसानं दाबताच त्याला रिस्पॉन्स देत गाडीच्या डायरेक्शनल लाइट्सची उघडमीट झाली आणि चिमणीच्या चिवचिवाटासारखा आवाजही झाला. तोवर पलीकडच्या इसमाची सिगरेट पेटली होती आणि टाचा उंचावणाऱ्या माणसानं हात करत गर्दीतल्या कोणाला तरी इशारा केला होता. दोघंही आता पुढे झाले आणि त्या इसमाच्या दोन्ही बाजूनी त्याला घेरत त्यांनी त्याची बकोट पकडलं.

त्याचे हात जखडले गेले होते. आपल्या खिशापर्यंत पोचणंही त्याला अशक्य झालं होतं.

"हे, हे काय आहे? काय चाललंय?" त्यानं विचारण्याचा प्रयत्न केला. पण त्यात आत्मविश्वास नव्हता.

"तेच विचारायचंय आम्हालाही. काय प्रकार चाललाय हे आमच्या साहेबांना माहिती करून घ्यायचंय."

तोवर ती लेडी पोलीसही तिथं पोचली होती. तिनं त्या मुलीला आपल्या ताब्यात घेतलं.

"तुझं नाव काय बाळ? तुझ्या घरी फोन आहे का? आईशी बोलायचंय का तुला?"

घाबरून गेलेली ती मुलगी आता धाय मोकलून रडायलाच लागली. ते लांबून पाहणाऱ्या एक शिक्षिका आता धावत-धावत तिथं यायला लागल्या.

आपल्याला नको असलेला गोंधळ होण्याची शक्यता अशी समोर येताच, त्या माणसाला त्याच्याच गाडीत घालून त्याला पकडणाऱ्या दोघांनी ती इनोव्हा तिथून हलवली आणि वेगानं ते तिथून निघून गेले. त्या मुलीला घेऊन ती लेडी पोलीस त्या शिक्षिकेजवळ पोचली आणि तिनं आपला बॅज तिला दाखवला.

नीरा आणि मुकुंद आपल्या ऑफिसमध्ये पोचायच्या आधीच ती काळी इनोव्हा तिथं पोचली होती. माने आणि त्यांच्या सहकाऱ्यांनी त्या इसमाला इंटरॉगेटिंग रूममध्ये नेऊन बसवलं होतं. त्याची अंगतपासणी करून त्याच्याजवळ कोणतंही शस्त्र नाही याची खात्री तोवर त्यांनी करून घेतली होती. त्याचं नाव-गाव वगैरे जुजबी चौकशी करण्याचा त्यांचा प्रयत्न मात्र त्यानं हाणून पाडला होता. त्यानं एकच धोशा चालवला होता,

"तुमचा तो राऊत येऊ दे. त्यालाच काय ते सांगेन मी."

"राऊतसाहेब कदाचित येणारही नाहीत. त्यांना यापेक्षा जास्त महत्त्वाची कामं आहेत."

"असतीलही. पण त्याच्याशिवाय मीही दुसऱ्या कोणाशी बोलणारही नाही."

"ठीक आहे. मी प्रधान साहेबांना बोलावतो. तेच काय ते सांगतील मग."

"त्याचाही उपयोग होणार नाही. तुमच्या इन्स्पेक्टर राऊतलाच बोलवा तुम्ही. तो ओळखतो मला."

"इन्स्पेक्टर राऊत? माने याला इन्स्पेक्टर राऊतांना भेटायचंय!" त्यावर माने हवालदार आणि जाधव दोघंही मोठमोठ्यानं हसत सुटले. तो इसमही जरा गडबडल्यासारखा झाला. पण मग त्यानं चिडलेल्या आवाजातच विचारलं,

"हसायला काय झालं?"

"हसू नको तर काय! राऊतसाहेब आहेत असिस्टंट कमिशनर. ते तुला कशाला ओळखतील? आणि तसे ते खरोखरीच तुला ओळखत असतील, तर मग तुझी खैर नाही."

"आणि हो, सारखं-सारखं इन्स्पेक्टर राऊत, इन्स्पेक्टर राऊत काय चालवलंयस? आणि अरेतुरे काय चालवलं आहेस त्यांच्याबद्दल. इथं इन्स्पेक्टर राऊत कोणीही नाही. राऊतसाहेब इन्स्पेक्टर कधीच नव्हते."

"अरे वा! असिस्टंट कमिशनर झाला का तो राऊताचा पोरगा!"

त्याचं ते बोलणं आणि त्याचा सूर ऐकून मात्र माने आणि जाधव दोघंही चिडले.

"फार चालवलीस जीभ तुझी. आणखी काही बोललास तर कापून हातात देईन. सरळ-सरळ काय ते सांग, नाहीतर –"

"– नाहीतर काय? थर्ड डिग्री द्याल? ती नाही देता येणार. पोलीस टॉर्चरची केस होईल तुमच्यावर. पोलीस ॲक्ट मलाही माहिती आहे."

माने आणि जाधव नाही म्हटलं तरी चमकलेच. आपला मोबाइल वाजल्याचं नाटक करत माने तेवढ्यात बाहेर गेले. जाधवनं त्याला बोलतं करण्याचे प्रयत्न सुरूच ठेवले.

मानेनं प्रधानांना फोन करत सगळा प्रकार सांगितला. तेही जरा चक्रावून गेले. नेहमीचा पोलिसी खाक्या दाखवून त्या इसमाला बोलतं करण्यासाठी ते पुढे सरसावणार तो त्यांना आठवलं, राऊतसाहेब आणि वेलणकर मॅडम दोघांनीही सावधगिरी बाळगूनच सारी चौकशी करण्याच्या ऑर्डर्स दिल्या होत्या.

त्यांनी राऊतांना फोन लावला. त्यांचं म्हणणं ऐकून घेतल्यावर तेही यायला निघाले. वाटेत नीराला घेऊन ते थोड्याच वेळात तिथं पोचलेही.

इन्टरॉगेटिंग रूममध्ये पोचताच त्या इसमानं काही बोलायच्या आत त्याला पाहून ते जवळजवळ ओरडलेच,

"तू? आय सी! आता हे धंदे सुरू केले आहेस तर!"

त्यांची ती रिॲक्शन पाहून सगळेच आश्चर्यचकित झाले होते. त्यातून पटकन सावरली ती नीराच.

"म्हणजे हा, हा, तुम्ही याला ओळखता?"

"चांगलाच! आपल्याच पोलीस दलात होता हा. माझ्या हाताखालीच होता. त्या वेळी मी इथं नव्हतो. पुणे ग्रामीणमध्ये होतो. तिथं हा सब इन्स्पेक्टर होता. पण हप्ते घेताना पकडला गेला आणि पहिल्यांदा सस्पेंड झाला. डिपार्टमेन्टल इन्क्वायरीनंतर डिसमिस झाला. डिसऑनरेबल डिस्चार्ज!"

"ती सगळी तुझीच करामत. तूच खोटे-नाटे रिपोर्ट्स लिहिलेस माझ्याबद्दल."

मानेंनी त्याची कॉलरच पकडली. साहेबांना अरेतुरे करताना पाहून त्याचं डोकंच आउट झालं होतं. "तुझ्या मायला –!" आणि प्रधान, मुकुंद, नीरा सगळेच तिथं असल्याचं पाहून त्यानं जीभ चावली होती.

"माने, सोडा त्याला. आता तो तसं बोलणारच. डिपार्टमेन्टल इन्क्वायरीच्या वेळी त्याचे ते डिटेल्ट रिपोर्टच त्याला भोवले. पण ते लिहिण्यापूर्वी दोन-तीन वेळा त्याला मी वॉर्न केलं होतं आणि रिपोर्ट न लिहिताच सोडलं होतं, हे नाही सांगणार तो. मी होतो म्हणून निदान इन्क्यायरी वगैरे तरी झाली. दुसरा कोणी असता तर जागच्या जागी हाकलून दिला असता. जाऊ दे. तुला माझ्याशीच बोलायचं होतं ना? मग आता मी आलोय. आता सांग. नाव काय तुझं?"

"ते तर तुला –" तेवढ्यात परत माने पुढे सरसावताना पाहून तो घाई-घाईनं म्हणाला, "तुम्हाला चांगलंच माहिती आहे."

"माहिती आहे. पण यापुढचं सगळंच बोलणं रेकॉर्ड होणार आहे, तेव्हा रीतसरच सगळं झालं पाहिजे. नाव सांग."

"रघुनाथ नाईक."

"पत्ता?"

"४१२, पाम स्प्रिन्ज, विसनजी रोड, कांदिवली ईस्ट."

"वय?"

"बेचाळीस वर्षं, दोन महिने आणि सतरा दिवस. तास आणि मिनिटंही सांगू?"

"इथं काय कुंडली तयार करायचीय असं वाटलं काय रे तुला?" त्याच्या त्या उर्मट वागण्यानं चिडून प्रधानांनी विचारलं.

"कुंडलीच मांडणार आहोत प्रधान. पण जरा वेगळ्या प्रकारची." नीरा हसत म्हणाली, "तास आणि मिनिटं सांगू दे त्याला, पण ती त्या शाळेजवळ किती वेळ थांबला होता त्याची."

"गेले पाच दिवस तू तिथं टेहळणी करत होतास हे आम्हाला माहिती आहे. तेव्हा उगीचच बतावणी करण्याचा प्रयत्न करू नकोस. सांग, त्या मुलीला घेऊन कुठं जाणार होतास? तिला पळवून नेऊन काय करणार होतास?"

"पळवून? पळवून कशाला नेईन मी?"

"पळवून नाही? तर मग ती तुझ्याबरोबर यायला नाराज का होती? ती तर तुला

ओळखतही नाही. अनोळखी व्यक्तीनं तिला शाळेतून परस्पर नेणं म्हणजे पळवून नेण्याचाच प्रकार होतं. अपहरण.''

''परस्पर नाही. मी तिला तिच्या आईकडेच घेऊन चाललो होतो. तिच्या आईनंच माझ्यावर ती कामगिरी सोपवली होती.''

''तिची आई आणि ती, दोघीही इथं येतीलच थोड्या वेळात. त्यांच्यासमोरच तुझ्या या सांगण्याची शहानिशा करता येईल. पण जर तिच्या आईनंच तुला तसं सांगितलं असेल तर मग तू रीतसर प्रिन्सिपलना जाऊन का नाही भेटलास?''

''आणि शाळा सुटायच्या आधी दोन तास तिथं जाऊन थांबण्याचं काय कारण होतं? आजच्या पुरतीच ही कामगिरी होती की –''

''आजच्या पुरतीच!''

''अस्सं! मग गेले चार दिवस तिथं जाऊन दोन-तीन तास थांबण्याचं काय कारण होतं.''

यावर मात्र त्याला काहीही उत्तर देता आलं नाही. तो गप्पच राहिला.

''संशयित गप्पच राहिला. त्यानं काहीही उत्तर दिलं नाही.'' नीरानं रेकॉर्डिंगसाठी तशी तोंडी नोंद करून पुढे विचारलं,

''जर तिच्या आईच्या सांगण्यावरून तू तिला न्यायला गेला होतास तर मग शाळा सुटायच्या आधी दोन-तीन तास तिथं पोचण्याचं काय कारण होतं?''

''शाळा केव्हा सुटते, हे मला माहिती नव्हतं.''

''का? तिच्या आईनं ती माहिती तुला दिली नव्हती?''

''सांगितलं होतं. पण मी विसरलो.''

''मग फोन करून विचारायचं होतंस. मोबाइल फोन आहे ना तुझ्याकडे?''

''आहे मॅडम. हा काय, त्याच्या खिशातूनच आत्ता मिळवला आम्ही.'' नीराला तो फोन दाखवत जाधव म्हणाला.

''वा! चांगलंच महागडं मॉडेल आहे. गाडीही इनोव्हा आहे. तुझीच आहे की चोरलीस कोणाची?''

''माझीच आहे. रजिस्ट्रेशन पाहून खात्री करून घ्या वाटली तर.''

''ती तर करूच. पण या सगळ्यावरून तुझी कमाई चांगलीच असावी, असं दिसतंय. म्हणजे खंडणीसाठी मुलांना पळवण्याच्या धंद्यात चांगलाच मलिदा पदरात पडतोय असं दिसतंय.''

''मी तिला पळवत नव्हतो. मी तसले धंदे करत नाही. तिच्या आईच्या सांगण्यावरून ही कामगिरी हातात घेतली होती मी.''

''मग सांग त्या मुलीचं नाव काय?''

''मला माहिती नाही.''

"तिचं नाव माहिती नसताना तिला शाळेतून कसा काय आणणार होतास तू?"

"तिला पाहिलं होतं मी."

"म्हणजे तिच्या आईनं तुझ्यावर ही कामगिरी सोपवताना तिला पाहिलं होतंस तू? तसं असेल तर मग तिनंही तुला त्या वेळी पाहिलेलं असायला हवं. तिनं तुला ओळखायलाही हवं मग. पण ती तर तुला ओळखत नव्हती. तुझ्याबरोबर यायलाही तयार नव्हती. तू तिला जवळजवळ ओढतच आणत होतास हे पाहिलंय सगळ्यांनीच. ती बिचारी रडकुंडीलाच आली होती, भेदरलेली होती. ते का?"

"ते मला माहिती नाही. तिलाच विचारा."

"तिला तर विचारणारच आहोत. पण तू सांगतो आहेस ती कहाणी भोंगळ नाही वाटत तुला? कशीही असली तरी काही वर्षं इथं काढली आहेस तू. तुझा तरी विश्वास बसला असता या कहाणीवर?"

त्यावर परत तो गप्पच राहिला. तशी नोंद नीरानंच परत रेकॉर्डिंगसाठी केली.

पुढचा प्रश्न त्याला विचारणार तोच दारावर टकटक झाली. प्रधान उठून गेले आणि परत आले ते ती मुलगी आणि तिची आई तिथं आल्याची बातमी घेऊन.

"गुड! आता सारा मामला साफ होऊन जाईल. आणा त्यांना." मुकुंद म्हणाला. त्याच्या ऑर्डरची अंमलबजावणी करण्यासाठी माने जाणार तो त्याला थोपवत नीरानं मुकुंदला बाजूला घेत म्हटलं,

"मला वाटतं, त्यांच्याशी आपण प्रथम बोलून घ्यावं. आणि मगच त्यांना आत आणावं. खास करून त्या मुलीला एकदम याच्यासमोर आणल्यास ती गोंधळून जाण्याची किंवा घाबरण्याची शक्यता आहे."

"ऑल राइट. गुड पॉइंट!" असं म्हणत मग दोघंही बाहेर गेले. "तूच बोल त्यांच्याशी."

आपल्या ऑफिसात जात नीरानं त्या दोघींना तिथं आणायला सांगितलं. त्या तशा भेदरलेल्याच होत्या. पोलीस स्टेशनवर साधी तक्रार करण्यासाठीही जाण्याचा प्रसंग त्यांच्यावर कधी आला नव्हता. आता तर चौकशीसाठी त्यांना इथं आणण्यात आलं होतं. साहजिकच दोघीही धास्तावलेल्याच होत्या. मुलगी तर आईला बिलगून बिलगूनच होती. समोरच्या खुर्चीत एका बाईला पाहताच त्यांना थोडासा धीर आला.

"बसा. काय नाव तुझं बाळ?"

पण आपल्या आईचा पदर घट्ट पकडत ती मुलगी गप्पच बसली.

"अगं, तुला आता घाबरण्याचं काहीच कारण नाही. आम्ही आहोत ना इथं. यू आर ए बिग गर्ल, ब्रेव्ह गर्ल. मुळीच न घाबरता बोलायचं. तुला फॅन्टा हवा का? माने दोन फॅन्टा घेऊन या."

फॅन्टाचे दोन घोट घशाखाली उतरताच कोरडा पडलेला तिचा घसाही ओला झाला. आणि तिच्या मनातली भीतीही कमी झाली.

''गुड गर्ल! नाव काय सांग तुझं.''

''मोनिका, मोनिका मधुकर वाटवे.''

''मोनिका, तू शाळेत नेहमी कशी जातेस?''

''शाळेच्या बसनं. आई सोडते मला बसजवळ.''

''आणि परत घरी येताना?''

''बसनंच. शर्मिलाची ममी येते आम्हाला घ्यायला.''

''शर्मिला रेगे. तिच्याच वर्गात आहे. आम्ही दोघींनी वाटून घेतलंय आमचं काम.'' मोनिकाच्या आईनं, माधवीनं सांगितलं.

त्याबरोबर तिच्याकडे मोहरा वळवत नीरानं विचारलं, ''समजा एखाद्या दिवशी तुम्हा दोघींनाही काही काम निघालं तर मग काय करता? दुसऱ्या कोणाला तरी सांगता का?''

''तसं सहसा होत नाही. पण कधी झालंच तर मग आमची आणखी एक मैत्रीण आहे. तिचा मुलगा मोनिकापेक्षा वर्षानं मोठा आहे. वरच्या वर्गात आहे. तिला सांगतो. तिच्याच घरी या दोघी बसून राहतात आमच्यापैकी कोणीतरी एक जण येईपर्यंत.''

''म्हणजे आज तुम्ही दुसऱ्या कोणालाही मोनिकाला शाळेतून घरी आणायला सांगितलं नव्हतंत?''

''नाही. मुळीच नाही. पण तुम्ही असं का विचारताहात?''

''ते थोड्याच वेळात समजेल तुम्हाला. पण आजच्यासारखा प्रकार यापूर्वी कधी झाला होता का?''

''खरंतर आज नेमकं काय झालंय हेच मुळी अजून मला समजलेलं नाही. मोनिकाला पळवून नेण्याचा प्रयत्न कोणीतरी केला असं काहीसं तिच्या टीचर म्हणत होत्या. पण त्याही स्पष्टपणे काही सांगू शकल्या नाहीत. आणि त्या काही बोलण्यापूर्वीच तुमच्या माणसानं जीपमधून इथं आणलं आम्हाला.''

''तसं काही घाबरण्याचं कारण नाही. एक माणूस मोनिकाला आपल्या गाडीत घेऊन जात असल्याचं आमच्या माणसांनी पाहिलं. त्याला तसं आम्ही करू दिलं नाही. त्याला पकडलंय आणि इथं आणलंय. आम्हीही खरा प्रकार काय आहे याचीच चौकशी करतो आहोत. त्यातच आम्हाला तुमची मदत हवी आहे. म्हणून तर इथं आणलंय तुम्हाला.''

''पण मला काहीच माहिती नाही. मी कसली मदत करणार तुम्हाला?''

''तुमची बरीच मदत होणार आहे आम्हाला.'' मंदसं हसत मुकुंद म्हणाला.

पहिल्यांदाच तो बोलला होता. माधवीचं आताच त्याच्याकडे लक्ष गेलं. त्याचा हसरा चेहरा पाहून तिला वाटत असलेली भीती कमी झाली.

"तुम्ही थोडा वेळ इथंच थांबा. आणखी जास्त वेळ घेणार नाही तुमचा. अरे हो, मोनिकाला भूक लागली असेल ना? काय मागवू तिच्यासाठी? इडली सांबार चालेल? की समोसा, सँडविच? काय पाहिजे तुला मोनिका. काय हवं ते सांग या काकांना. ते आणून देतील हं!" तिच्या केसांवरून हलकेच हात फिरवत नीरा तिथून उठली.

ती आणि मुकुंद परत इन्टरॉगेटिंग रूममध्ये आले तो रघुनाथ पाय पसरून आरामात सिगरेट पीत बसलेला दिसला. नीराला स्मोकिंगची अतिशय चीड होती. त्यामुळे आत शिरताच ती सरळ त्याच्याजवळ गेली आणि त्याच्या तोंडातून सिगरेट खेचून घेत तिनं ती बाहेर फेकून दिली.

"यू रास्कल! इथं काय शिळोप्याच्या गप्पा मारायला बोलावलंय तुला?" आणि गर्रकन वळून इतरांवर ओरडत तिनं विचारलं, "सिगरेट कुणी दिली याला?"

तिचा तो आविर्भाव रघुनाथलाही अनपेक्षित होता. ती एक बार्बी डॉलसारखी नाजूक-साजूक बाहुली असेल अशीच समजूत त्यानं करून घेतली होती. ती इतकी कडक ऑफिसर निघेल, असं त्याला वाटलं नव्हतं. स्वतःच्या नकळतच तो सावरून बसला. मुकुंदची नजर त्याच्यावरून ढळली नव्हती. ही योग्य वेळ आहे हे ओळखून त्यानं ताडकन त्याला विचारलं,

"कोणी सांगितलं होतं तुला त्या मुलीला शाळेतून आणायला?"

"तिच्या आईनं."

"नाव काय तिचं?"

"कोणाचं? आईचं की मुलीचं?"

"कोणाचंही सांग."

"मुलीचं नाव माहिती नाही मला. आणि आईचं नाव सांगता येणार नाही."

"का? का सांगता येणार नाही?"

"प्रोफेशनल प्रिव्हिलेजेस. माझ्या क्लायंटबद्दल माझ्याजवळ असलेली माहिती कॉन्फिडेन्शियल असते. ती मी देणार नाही."

"ते नियम खऱ्याखुऱ्या मान्य झालेल्या प्रोफेशनना लागू होतात. डॉक्टर, लॉयर वगैरे. तुझा कसला आलाय प्रोफेशन? सुपारी घेऊन बेकायदेशीर कामं करण्याचा?"

"मुळीच नाही. माझाही प्रोफेशन रजिस्टर्ड आहे. मी प्रायव्हेट इन्व्हेस्टिगेटर आहे. माझ्या क्लायंटनं माझ्यावर सोपवलेली कामगिरी मी पार पाडत असतो. त्या मुलीच्या आईनं आपली हरवलेली मुलगी आपल्याकडे आणून सोपवायची कामगिरी दिली होती मला."

"मुलगी हरवलेली होती? ती तर तिच्या आईजवळच होती. तिच्याकडेच राहत होती. आज सकाळी तिनंच तिला शाळेच्या बसमध्ये नेऊन बसवली होती. मग हरवलेली कशी असेल?"

"तिच्या आईनंच तसं सांगितलं होतं मला."

नीरा आणि मुकुंदनं ठरवल्यासारखं एकमेकांकडे पाहिलं. दोघंही चकित झाले होते. रघुनाथ कसाही असला तरी इथं, त्याची चौकशी चाललेली असताना इतकं धडधडीत खोटं बोलेल असं त्यांना वाटत नव्हतं. काहीतरी घोटाळा होता. प्रकरण वरवर वाटलं तितकं साधं नव्हतं. पण रघुनाथ खोटं बोलत नसेल, तर मग माधवी खोटं बोलत होती? ते तर त्याहून अशक्य वाटत होतं. विशेषत: मोनिका ज्या विश्वासानं तिच्या पदराला धरून राहिली होती, त्यावरून तीच मोनिकाची आई असल्याबद्दल शंका घ्यायला जागा राहिली नव्हती.

रघुनाथ आणि माधवी यांना एकमेकांसमोर उभं केल्याशिवाय हा तिढा सुटणार नाही, याची दोघांनाही मनोमन खात्री पटली होती. त्यांच्या मनातला विचार बोलून दाखवला मुकुंदनं. त्यानं प्रधानांना त्या दोघींना तिथं आणायला सांगितलं.

माधवी आणि मोनिका बिचकतच त्या खोलीत शिरल्या. तिथं रघुनाथला पाहताच किंचाळून मोनिका माधवीच्या आड दडली. तिच्याजवळ जात नीरानं तिला हळुवारपणे विचारलं, "ओरडलीस का मोनिका? तुला एवढं घाबरायला काय झालं?"

यावर काहीही न बोलता मोनिकानं केवळ रघुनाथकडे बोट दाखवलं.

"त्याची भीती वाटली तुला? का?"

"मला शाळेतून ओढून नेत होते ते काका." मोनिकानं अडखळत, एका वेळी एक-दोन शब्दच बोलत कसंबसं सांगितलं.

"म्हणजे तू यांना ओळखत नाहीस?"

यावर काहीही न बोलता तिनं फक्त आपली मान नकारार्थी हलवली. माधवीनं मात्र विचारलं,

"कोण आहे हा माणूस? आणि मोनिका त्याला कशी ओळखेल?"

"म्हणजे तुम्हीही याला ओळखत नाही?"

"पहिल्यांदाच पाहते आहे मी या माणसाला."

"पण तो तर सांगतो आहे की तुम्हीच त्याला मोनिकाला आज शाळेतून घरी आणायला सांगितलं होतं."

"काय?" माधवी जवळजवळ किंचाळलीच. "अहो, काहीतरीच काय? मी यांना पहिल्यांदाच पाहते आहे. तर त्यांना मी मोनिकाला परत आणायला सांगेनच कशाला? आणि आज अर्चना, शर्मिलाची ममी नेहमीप्रमाणं जाणारच होती, बसमधून त्यांना घेऊन यायला."

''वाटलंच होतं मला. मग काय रघुनाथ, आता तरी खरं काय ते सांगणार का?''

''खरं तेच सांगतोय.'' रघुनाथ कसंबसं पुटपुटला. पण त्याच्या बोलण्यात दम नव्हता. तोही गडबडून गेला होता. या बाईला तोही प्रथमच पाहत होता.

''खरोखरच या मुलीच्या आईनं मला ती कामगिरी सांगितली होती. हिचाच फोटोही दाखवला होता आपल्या घरचा.''

''पण या मुलीची आई, या माधवीबाई तर तुला ओळखतही नाहीत. तुझ्यावर कोणतीही कामगिरी सोपवल्याचा इन्कार केला आहे त्यांनी तुझ्या समोरच. त्या खोटं बोलताहेत?''

''नाही. या बाईंना मीही ओळखत नाही. त्यांनी मला कोणतीही कामगिरी दिलेली नाही. पण या मुलीच्या आईनं मात्र –''

''– त्याच तर इथं उभ्या आहेत. मोनिका तुझी आई कुठं आहे?''

त्याबरोबर मोनिकानं माधवीच्या पायांना घट्ट मिठी घातली. तिनं काही सांगायची गरजच उरली नाही.

''पण त्या बाईंनी, माझ्या क्लायंटनी तर ही – मोनिका नाव काय तिचं – आपलीच मुलगी असल्याचं सांगितलं होतं मला. तिचे फोटोही दाखवले होते. दोन वर्षांपूर्वी ती हरवली, तिला पळवली गेली, असं तिनं सांगितलं होतं मला. काही दिवसांपूर्वी तिनं हिला शाळेच्या ग्राउंडवर खेळताना पाहिलं. आणि मग तिला आपल्याकडे आणून देण्याची कामगिरी दिली.''

''पण या बाई, मोनिकाची आई आहेत, हे मोनिकाच सांगते आहे. तेव्हा या बाईंनी तर तुझ्यावर ती कामगिरी सोपवलेली नव्हती.''

यावर काहीही न बोलता रघुनाथनं केवळ आपली मान नकारार्थी हलवली.

''तर मग तुझी क्लायंट कोण? नाव काय तिचं?''

''सरळसरळ सांगून टाकणंच तुझ्या हिताचं आहे. तुझी ती प्रोफेशनल कॉन्फिडेन्शियॅलिटीची बडबड बंद कर आता.''

आपला नाइलाज झालाय हे रघुनाथनं ओळखलं होतं. आपण यात पुरते अडकलो आहोत, हे त्याला कळून चुकलं होतं. आपल्या क्लायंटचं नाव उघड करायला त्यानं नकार दिला, तर अपहरण करण्याच्या आरोपावरून आपल्याला लॉकअपमध्ये टाकलं जाईल याविषयी त्याच्या मनात शंका राहिली नव्हती. त्यानंतर खटला उभा राहिल्यानंतरही क्लायंटचं नाव सांगितल्याशिवाय आपली सुटका होणार नाही हेही तो उमगला होता. आपली सुटका करून घ्यायची तर क्लायंटचा बळी द्यायला हवा हे त्याला पटलं होतं.

''मिसेस जयंतीबेन पारेख.''

"पत्ता?"

"७३, नीलांबर टेरेसेस, बोरिवली इस्ट. संजय गांधी पार्कजवळच आहे."

एरवी हे काम प्रधान, छे, छे, प्रधान तरी कशाला, माने, जाधव वगैरे कोणावर तरी सोपवण्यात आलं असतं. पण आतापर्यंतच्या चौकशीनंतर सगळा मामला तसा गुंतागुंतीचा असल्याची नीरा आणि मुकुंद दोघांचीही खात्री पटली होती. त्यात मिसेस जयंतीबेन पारेख याही प्रतिष्ठित होत्या. नीलांबर टेरेसेस हा त्यांचा पत्ताच पुरेसा बोलका होता. शेलकी मंडळी तिथं राहत असत. किंवा असं म्हणायला हवं की शेलक्या, समाजात मान्यता पावलेल्या मंडळींनाच तिथं राहणं परवडणारं होतं.

म्हणून तर नीरा आणि मुकुंद यांनी स्वत:च तिथं जाऊन चौकशी करण्याचा विचार केला होता. कोणी एकानं जाऊनही तसं भागण्यासारखं होतं. पण एक तर अमृतरावांनी दोघांवर संयुक्तरीत्या या केसची जबाबदारी टाकली होती. आणि टू हेड्स आर बेटर दॅन वन हे त्यांना पटलेलं होतं. तशी दोघांची जोडी चांगली जमत असे. त्यांच्या चांगल्या क्वालिटीजची बेरीज होत असे आणि वैगुण्यावर एकमेकांकडून पांघरूण घालणं जमून जात असे.

एका महिलेची चौकशी करायची असल्यामुळे नीरानं पुढाकार घेतला. डोअरबेलचा आवाज ऐकून दार उघडायला एक मध्यमवयीन बाई आल्या. चेहऱ्यावरून घरंदाज आणि सुखवस्तू वाटत होत्या. पेस्टल रंगाचा ॲब्स्ट्रॅक्ट डिझाइन असलेल्या कापडाचा पंजाबी ड्रेस त्यांनी चढवला होता. तो शरीराला घट्ट बसून त्याची प्रमाणबद्धताच अधोरेखित करत होता. दोन अनोळखी व्यक्तींनी बेल वाजवण्याची आगळीक केलेली आहे आणि ती आपल्याला अजिबात पसंत पडलेली नाही हे न बोलताच त्यांनी चेहऱ्यावरच्या हावभावातून स्पष्ट केलं होतं. डाव्या हातात दरवाजाची कड पकडत आणि उजवा हात दरवाजाच्या चौकटीवर ठेवत त्या तशाच आव्हानात्मक पवित्र्यात उभ्या राहिल्या होत्या, आगंतुक आलेल्या त्या दोघांना घरात घेण्याची कोणतीही आवश्यकता आपल्याला वाटत नाही हे त्यांनी मूकपणेच स्पष्ट केलं होतं. उलट त्या दोघांपैकी कोणीतरी त्यांच्या या आगळिकीबद्दल स्पष्टीकरण द्यावं म्हणजे मग आपल्यापुरती ही भेट संपली, असाच त्यांचा आविर्भाव होता.

"मी नीरा वेलणकर आणि हे मुकुंद राऊत. पोलिस." आपला बॅज दाखवत नीरानं आपली ओळख करून दिली.

आपण पोलीस असं म्हणताच या बाईच्या चेहऱ्यावर थोडी चलबिचल झाली का? शपथेवर नसतं सांगता आलं. पण नीराला तसा भास झाल्याशिवाय राहिला नाही. कदाचित हे आपल्या मनचे खेळ असतील, आणखी गुंता न वाढता केस चटकन सुटावी अशी प्रबळ इच्छाच हे खेळ करत असावी असंही तिला वाटलं.

''मे वुई कम इन?'' मनातले विचार झटकत तिनं विचारलं. बाई अजूनही तसंच दार अडवून उभ्या होत्या. नाइलाजानं त्यांनी त्यांना आत येण्याची परवानगी दिली. पण तशी देताना काय कटकट आहे हे त्यांनी सूचित केलंच.

पुढे झाल्यावरही त्यांना बसायला न सांगता उभ्याउभ्याच काय बोलायचं ते उरकून घ्यावं असा विचार करून त्या बाई आपले हात छातीवर दुमडून आव्हानात्मक पवित्र्यात उभ्या राहिल्या.

''आपणच मिसेस जयंतीबेन पारेख?'' नीरानं विचारलं. मुकुंद त्या दिवाणखान्यात सगळीकडे नजर फिरवून मनाशीच काही नोंदी करत होता.

''हो.''

''आपण रघुनाथ नाईकला ओळखता?''

''कोण रघुनाथ नाईक? मी कुणालाही ओळखत नाही.''

वाटलंच होतं. म्हणजे रघुनाथ खोटंच बोलत होता तर! पण आपण हे पडताळून पाहू, हे माहिती असूनही तो एवढं धडधडीत खोटं बोलेल? मुकुंदच्या मनात विचार चालू होते. तेवढ्यात त्याला आठवलं. या बाईंनी रघुनाथची नाही, त्याच्या एजन्सीची मदत घेतली असणार. त्याचं नाव जाणून घ्यायची खटपट त्यांनी केलेली नसणार.

''बेस्ट डिटेक्टिव्हज. या एजन्सीकडे आपण गेला होतात?''

''ओ ह ते होय. हो. गेले होते. त्याचं काय?''

''त्या एजन्सीचा प्रोप्रायटर म्हणजे रघुनाथ नाईक.''

''असेल. त्याचं नाव जाणून घेण्याची गरज वाटली नाही मला. माझं काम झालं की मग त्याची माझी कधीच भेट होण्याची शक्यता नाही.''

''कोणतं काम?''

''ते त्यानं तुम्हाला सांगितलंच असेल.''

''त्यानं आम्हाला जे काही सांगितलंय ते खरं की खोटं हेच तुमच्याकडून समजून घ्यायचंय मला.'' नकळत आपण 'आपण' वरून 'तुम्ही' वर आलो आहोत हे मुकुंदला जाणवलंही नाही. या बाईच्या त्या उर्मट आणि आडमुठ्या वागण्याची त्याला चीडच आली होती. पण स्वत:वर ताबा ठेवण्याची गरज आहे याचीही जाणीव त्याला होती.

''मी ते तुम्हाला का सांगावं?''

''मॅडम, तुम्ही विनाकारण वाकड्यात शिरताय. आम्ही अतिशय मवाळपणे तुम्हाला काही साधे प्रश्न विचारतो आहोत. आम्हाला फक्त काही माहिती हवी आहे. आम्ही दोघंही असिस्टंट कमिशनर आहोत. एरवी कोणातरी साध्या हवालदाराला आम्ही तुमच्याकडे पाठवून स्टेशनवर घेऊन यायला सांगितलं असतं. पण आम्ही

तुमचा मान राखण्यासाठी स्वत:हून इथं आलो. आमच्याशी सहकार्य करणं तुमच्या हिताचंच ठरेल.'' नम्रपणे पण आपल्या आवाजात किंचित जरब आणत नीरानं सांगितलं.

त्या बाईंना हे अनपेक्षित होतं. मुकुंदानं तेच सांगितलं असतं, तर त्यांनी त्याचीही फारशी दखल घेतली नसती. पण नीरानं त्यांना तशी समज देताच त्याही थोड्या नरमल्या.

''माझ्या मुलीला माझ्याकडे आणून सोडण्याचं काम मी त्याला दिलं होतं.''

''आपल्या मुलीचं नाव?''

''तोरल. तोरल पारेख.''

''वय?''

''आता ती दहा वर्षांची झाली असणार.''

''तुमच्याकडे आणून सोडण्याचं म्हणजे? मी नाही समजलो.''

''माझी मुलगी दोन वर्षांपूर्वी हरवली. मी खूप खूप शोधली. पण त्या वेळी नाही सापडली. तिला शोधून काढण्याचं कामच मी त्याच्याकडे दिलं होतं.''

''पण हे काम तर आमचं, पोलिसांचं आहे. आमच्याकडे का नाही आलात तुम्ही?''

''ती हरवली तेव्हा आले होते. पण त्याचा काही फायदा झाला नाही. तुम्ही तिला शोधून काढू शकला नाहीत. म्हणून आता त्या एजन्सीची मदत घ्यायचं ठरवलं मी.''

''ती कशी हरवली?''

''ते मला माहिती नाही. एक दिवस सकाळी गेली ती परत आलीच नाही. स्वत:हून घर सोडून जाण्याएवढी मोठी नव्हती ती. आजही नाही.''

''कुठं हरवली ती?''

''तिच्या मैत्रिणीकडे जुहू पार्ले स्कीममध्ये जायला निघाली होती ती. पण तिथं पोचलीच नाही.''

''कोणत्या शाळेत जात होती ती?''

''लोयोला कॉन्व्हेन्ट. वेस्टला आहे ती.''

''पण मग आता ती सेंट व्हिन्सेन्टमध्ये कशी? आणि ती तिथं आहे हे तुम्हाला कसं कळलं?''

''त्या एजन्सीचा तो कोण, नाईक म्हणालात ना तुम्ही? त्यानंच ती त्या शाळेत असल्याचं दाखवलं होतं मला. त्यानंच तिला शोधून काढलं होतं. तिचा फोटो दिला होता मी त्याला. गेल्या आठवड्यात त्यानं मला तिथं नेऊन ती ग्राउंडमध्ये खेळत असताना दाखवलं होतं.''

"मग त्याच वेळी पुढे होऊन तुम्ही तिला का नाही आपल्याजवळ घेतलंत."

"तिनं पटकन मला ओळखलं नसतं. किंवा तिथं दुसऱ्या कोणीतरी आम्हाला एकत्र पाहिलं असतं तर कदाचित काही गोंधळ झाला असता. आय डिडन्ट वॉन्ट टू क्रिएट ए सीन इन ए पब्लिक प्लेस."

बाई आतापर्यंत तरी शांतपणे उत्तरं देत होत्या. त्या विचलित झाल्याची कोणतीही खूण नव्हती. काहीतरी रचून बनावट गोष्ट सांगायची, तर त्यासाठी खूपच तयारी करावी लागली असती. आणि अशा वेळी मनोमनी माणूस बिचकलेला असतो. ते ओळखण्याची हातोटी इतक्या वर्षांच्या अनुभवानंतर मुकुंद आणि नीरा दोघांनाही साधलेली होती. पण तसं काही असल्याचं कोणतंही चिन्ह दिसत नव्हतं.

"म्हणून तुम्ही त्या नाईकला तिला इथं घेऊन यायला सांगितलंत?"

"हो!"

"पण त्या मुलीचं नाव तर मोनिका वाटवे आहे. तिला गुजराती बोलता येतं की काय हे बघावं लागेल. पण तसं वाटत नाही."

"ज्यांनी तिला पळवून नेली ते तिचं नाव बदलणारच. आणि गुजराती बोलण्याचं म्हणाल तर कोणतीही भाषा दोन वर्षं बोलली गेली नाही, ऐकली नाहीतर विसरली जाणारच."

"तरीही ती तुमचीच मुलगी अशी खात्री आहे तुमची?"

"नक्कीच! आई आपल्या मुलीला नाही ओळखणार?" काय निरर्थक प्रश्न विचारतो आहेस, असंच त्यांच्या सुरातून व्यक्त होत होतं.

"एकसारखी दिसणारी माणसं असतात?"

"पण जुळ्या भावंडांशिवाय इतकं साम्य कधीही आढळत नाही. तुमचा विश्वास बसत नसेल, तर तिचा फोटो दाखवते मी."

"दॅट वुईल बी गुड. मी ते सुचवणारच होतो."

"एक्स्क्यूज मी!" मागे वळून जयंतीबेन आत गेल्या. नीरा आणि मुकुंद यांनी एकमेकांकडे गोंधळलेल्या मुद्रेनं पाहिलं. आतापर्यंत जे काही ऐकलं, त्यात काही खोटं असल्याचं आपल्याला वाटत नाहीये. त्यामुळे केसमधली गुंतागुंत वाढत चाललीय हेच ते एकमेकांना सांगण्याचा प्रयत्न करत होते.

जयंतीबेन परत आल्या तेव्हा त्यांच्या हातात एक फ्रेम केलेला फोटो होता. त्याच्याकडे ओझरती नजर टाकल्यावरही तो मोनिकाचाच असल्याबद्दल कोणतीही शंका त्या दोघांच्या मनात उरली नाही.

त्यांच्या पाठीमागं असलेल्या हातातला अल्बम आता जयंतीबेननी पुढे केला. "यात तिच्या जन्मापासूनचे फोटो आहेत." त्या म्हणाल्या.

वास्तविक त्याची फारशी गरज नीरा किंवा मुकुंद, कोणालाच वाटत नव्हती. पण एक शिष्टाचार म्हणून त्यांनी तो अल्बम घेतला. त्यात निरनिराळ्या वयाचे मोनिकाचे, छे, छे तोरलचे फोटो होते. वाढत्या वयानुसार मुलांच्या चेहऱ्यात फरक पडत जातो, नाही असं नाही. तरीही ते सगळे त्याच मुलीचे होते याबद्दल यत्किंचितही शंका वाटत नव्हती. फक्त ती नेमकी कोण आहे, तोरल पारेख की मोनिका वाटवे? एवढाच प्रश्न उरला होता. त्याचं उत्तर सहजासहजी मिळणार नाही हे दोघांनाही कळून आलं होतं.

तेवढ्यात त्या अल्बममध्ये एक फॅमिली फोटो मिळाला. त्यातल्या तोरलला आणि जयंतीबेनना नीरानं ओळखलं. त्यांच्याबरोबर एक उमदा पस्तिशीचा तरुण होता. तो जयंतीबेनचा नवरा असावा हे स्पष्ट होतं. तरीही नीरानं त्याकडे जयंतीबेनचं लक्ष वेधत विचारलं,

"मिस्टर पारेख?"

"हो!" तुटकपणे जयंतीबेन बोलल्या. त्याविषयी आणखी काही बोलण्याची आपली इच्छा नाही हे त्यांनी न बोलताच स्पष्ट केलं होतं.

म्हणजे हा घटस्फोटाचा मामला तर नाही? आणि मग आईबापांची ताटातूट होताना मुलीला बापानं आपल्याकडे तर ठेवून नाही घेतलं? पण तसं असेल तर मग तिचं नाव मोनिका वाटवे कसं झालं असतं? माधवीबरोबर, मोनिकाच्या आईबरोबर त्यानं दुसरं लग्न केलं असेल. त्यानंतरही माधवीनं कदाचित आपलं नाव बदललं नसेल. पण तोरल पारेखची मोनिका वाटवे कशी होईल? छे, तिढा वाढतच चालला होता.

"हे कुठं भेटतील आम्हाला?" मुकुंदनं विचारलं.

"तो नाही भेटणार. कोणालाच नाही भेटणार. ही इज नो मोअर."

"ओ ह आय ॲम सॉरी!"

"दोन वर्षांपूर्वी एका कार ॲक्सिडेन्टमध्ये गेला तो. आय वॉज ऑल्वेज टेलिंग हिम नॉट टू ड्राइव्ह सो फास्ट. बट ही –"

आतापर्यंत जयंतीबेननी धारण केलेला धीरोदात्त मुखवटा क्षणभर गळून पडला. त्या पाठची ठसठसणारी वेदना प्रकट झाली. यापुढे काहीही बोलणं हे त्या वेदनेवर मीठ चोळण्यासारखंच होईल याची जाणीव मुकुंद आणि नीरा दोघांनाही झाली होती. तोरलचा फ्रेममधला फोटो घेऊन जाण्याची परवानगी जयंतीबेनकडे मागत त्यांनी त्यांचा निरोप घेतला.

आता परत माधवी वाटवेला गाठणं भाग होतं. जयंतीबेनचा निरोप घेऊन परस्पर तिकडंच जावं असा विचार दोघांनीही केला होता. पण मग त्या रघुनाथ

नाईकचं काय करायचं हाही सवाल होताच. त्यानं सांगितलेली माहिती खरी होती यात शंका नाही. तेव्हा त्याला पोलीस ठाण्यात अडकवून ठेवता येणार नाही हे तर उघड होतं. पण जोवर माधवीकडे जाऊन आणखी चौकशी केल्याशिवाय त्याला सोडून देणंही अवघड होतं. तसा शहाणा असेल तर तो कुठं पळून जायचा प्रयत्न करणार नाही हे मुकुंद ओळखून होता. पण केसमधला गुंता असा वाढत चालल्यावर कोणतीही जोखीम पत्करण्याची त्याची तयारी नव्हती.

त्यामुळे ऑफिसकडेच गाडी वळवत तो नीराला म्हणाला,

''मला वाटतं काहातरी खुसपट काढून त्या रघुनाथला आणखी काही वेळ तिथंच लॉक अपमध्ये अडकवून ठेवायला हवं.''

''यू आर राइट! माधवी वाटवेकडे जाऊन आल्यावर मग काय तो विचार करता येईल. जयंतीबेननी त्याचं म्हणणं कॉरोबोरेट केलं असलं तरी ती मुलगी खरी कोण याचा सोक्षमोक्ष लागत नाही तोवर त्याला जाऊ देणं कदाचित योग्य ठरणार नाही.''

''मला वाटतं, त्याच्या गाडीचं रजिस्ट्रेशन चेक करायचं आहे, त्याच्या एजन्सीचं रजिस्ट्रेशन चेक करायचं आहे, त्याच्यावर जयंतीबेननी जेव्हा ही कामगिरी सोपवली तेव्हाचे कागदपत्र बघायचे आहेत वगैरे कारणांवरून आणखी काही वेळ काढता येईल. तोवर आपण माधवी वाटवेकडे जाऊन परत येऊ शकू.''

''येऊही कदाचित. माय गट फीलिंग टेल्स मी, या केसमधला गुंता आणखीच वाढणार आहे. जयंतीबेनकडचा फोटा मोनिकाचाच आहे, यात मला तरी शंका वाटत नाही.''

''दॅट्स राइट. मला वाटतं तोच आपण माधवीला दाखवू या आणि तिची रिॲक्शन काय होते, हे पाहू या. तिथूनच आपल्याला सुरुवात करता येईल.''

''दॅट इज ॲन एक्सलंट आयडिया!.''

ऑफिसात पोचताच प्रधानांना सूचना देऊन मुकुंदनं ताबडतोब गाडी माधवीच्या घराकडे वळवली. ती आणि मोनिका थोड्याच वेळापूर्वी घरी पोचल्या होत्या. इतक्या तातडीनं ते दोघं पोलीस ऑफिसर्स आपल्या घरी आल्याचं पाहून तीही गोंधळून गेली होती.

त्यात नीरानं आपल्या जवळचा तो फ्रेम केलेला फोटो जेव्हा दाखवला तेव्हा तो पाहून तर क्षणभर ती अवाकच झाली. स्वत:ला कसंबसं सावरत तिनं विचारलं,

''हा फोटो कुठं मिळाला तुम्हाला?''

''म्हणजे ओळखता तर तुम्ही हा?''

''हो, म्हणजे नाही!''

"हो म्हणजे नाही. म्हणजे हा फोटा मोनिकाचा आहे की नाही?"

"म्हणजे तसा हा फोटो मोनिकाचाच आहे. म्हणजे तसा वाटतोय. पण मी तर तो तुम्हाला दिला नव्हता. खरंतर असा फ्रेम केलेला तिचा फोटो नव्हताच आमच्याकडे. म्हणून –" पुढे काय बोलावं हेच तिला सुचेना.

"शांत व्हा, माधवीबाई. तुम्ही गोंधळून गेलात यात शंका नाही. आमचीही स्थिती वेगळी नाही. हा फोटो मोनिकाचा आहे असंच आम्हालाही वाटत होतं. तुमची प्रतिक्रिया पाहता आमच्या मनातल्या ज्या काही थोड्या शंकाकुशंका होत्या त्याही नाहीशा झाल्या."

"पण हा फोटो मोनिकाचा नाही."

"असं कसं म्हणता तुम्ही? तुम्ही मोनिकाला पाहिलंय. शिवाय आताच तर हा तिचाच फोटो आहे असं म्हणालात तुम्ही."

"हा तिचाच आहे असं नव्हतं म्हटलं मी. हा तिचाच आहे असं आम्हालाही वाटलं होतं असं म्हणाले मी."

"म्हणजे? मी नाही समजले. तुम्हाला काय म्हणायचंय हेच कळत नाहीय."

"मला हेच म्हणायचंय की हा फोटो मोनिकाचा असल्यासारखं आपणा सर्वांना वाटत असलं तरी हा तिचा फोटो नाही. हा आहे तोरल पारेख या मुलीचा."

"तोरल पारेख?"

"हो, तिच्या आईनंच दिला तो आम्हाला. तिनंच त्या रघुनाथ नाईकला – मगाशी पोलीस स्टेशनमध्ये तुम्ही ज्याला पाहिलंत त्या इसमाला – हिला शोधून काढायची कामगिरी दिली होती. कारण दोन वर्षांपूर्वी ही हरवलीय असं त्यांचं म्हणणं आहे. आणि मोनिकाला पाहताच हीच आपली हरवलेली मुलगी आहे, अशी त्यांची खात्री पटल्यावरून त्यांनी रघुनाथला हिला त्यांच्याकडे पोचवायची कामगिरी दिली होती."

"पण हे कसं शक्य आहे. मोनिका मोनिकाच आहे. आमचीच मुलगी आहे. ती तोरल पारेख कशी असू शकेल?"

"त्याचाच तर तपास करायचाय आम्हाला."

"पण तपास म्हणजे? मोनिका, मोनिका नाही? असं कसं होईल?"

"म्हणजे तुमच्यावर आमचा विश्वास नाही किंवा तुमच्यावर आम्ही संशय घेतोय अशातला भाग नाही. पण जी मुलगी आज तुमच्याबरोबर स्टेशनवर आली होती, जिला आपल्या गाडीतून घेऊन जाण्याचा प्रयत्न रघुनाथ नाईकनं केला ती मोनिकाच आहे तोरल नाही याची खात्री पटवायला हवी ना?"

"कोणाची?"

"प्रथम आमची. आमची खात्री झाली की आम्ही त्या जयंतीबेन पारेखची, तोरल पारेखच्या आईची तशी खात्री पटवू."

"पण ती हरवलीय हे तरी खरं कशावरून?"

"तुमचं म्हणणं बरोबरच आहे. त्याचीही शहानिशा करायला हवी. तीही आम्ही करूच. पण कुठून तरी सुरुवात करायलाच हवी ना हा गुंता सोडवण्यासाठी? ती तुमच्यापासूनच करतो आहोत. कारण तुम्ही सांगताय त्यानुसार ही मोनिका आता आपल्यासमोर आहे. ती तोरल नाही हे सिद्ध झालं की पुढची वाट सहज दिसायला लागेल."

"अहो पण मी काय करायला हवं? ही मुलगी माझीच आहे हे कधी काळी सिद्ध करावं लागेल अशी कल्पनाही केली नव्हती मी. मग त्यासाठीचा पुरावा गोळा करून ठेवण्याची धडपड मी कशाला करेन?"

"त्यासाठी तुम्ही काही वेगळी खास खटपट करण्याची तशी गरजच नाही. असे पुरावे आपल्या नकळत आपल्याजवळ असतात. आता हेच पहा ना, मोनिकाचं बर्थ सर्टिफिकेट तर असेल तुमच्याकडे."

हतबल झाल्यासारखं वाटणाऱ्या माधवीला जीवात जीव आल्यासारखं वाटलं. एका अंधाऱ्या गुहेत आपण अडकलो आहोत अशी भावना होत चालली होती तिची. पण नीरानं बर्थ सर्टिफिकेटची आठवण देताच ती अंधारी गुहा नसून फक्त एक बोगदा आहे आणि त्याच्या उघड्या असलेल्या एका टोकाकडून येणारी प्रकाशाची तिरीप आपल्याला दिसते आहे असं तिला वाटलं. काहीही न बोलता ती तिथून ताडकन उठली आणि आतल्या खोलीत गेली.

दोन-चार मिनिटांतच ती ते बर्थ सर्टिफिकेट घेऊन आली. त्यावर माधवी आणि मधुकर वाटवे यांना १० ऑक्टोबर, १९९७ रोजी मुलगी झाल्याचं नोंदवलं होतं. एक वेगळा शिक्का मारून त्या मुलीचं नाव मोनिका असं ठेवलं गेल्याचंही नोंदवलं गेलं होतं.

"गुड!" आपल्याकडचं ते सर्टिफिकेट मुकुंदला पाहायला देत नीरा म्हणाली, "पुरावे म्हणत होता ना तुम्ही? ही तर चांगलीच सुरुवात झालीय. रेशनिंग कार्ड असेल ना तुमचं? त्याच्यावरही मोनिकाच्या नावाची नोंद असेल. ती दोन वर्षांपूर्वीपासूनची आहे हे दिसलं की, आणखी एक पुरावा आला आपल्यासमोर. तुमच्याजवळ असलेली मुलगी तुमचीच आहे आणि तिच्या जन्मापासून ती तुमच्या जवळ आहे हे सिद्ध झालं की, ती मोनिकाच आहे आणि तोरल नाही हे आपोआपच सिद्ध होईल, खरं ना?"

"आत्ता आणते रेशन कार्ड." नीराशी सहमत होत माधवी परत उठली. हे दोघं पोलीस ऑफिसर्स चौकशी करायला आले असले, तरी ते आपल्या बाजूचे आहेत, आपल्यावर काहीतरी आरोप करण्याच्या उद्देशानं आलेले नाहीत, अशी तिची खात्री पटत चालली होती. त्यामुळे ते सांगतात त्याप्रमाणं करत त्यांच्याशी सहकार्य केल्यानंच आपली या तिढ्यातून सुटका होईल, असा विश्वास तिला वाटू लागला होता.

"हे पहा, सगळ्यात खालचं नाव मोनिकाचं आहे." रेशनकार्ड उघडून त्याच्यावरचं मोनिकाचं नाव दाखवत माधवी म्हणाली. "आणि त्याच्यावरची ती तारीखही पहा. पाच-सहा वर्षांपूर्वीची तरी आहे."

तिचं म्हणणं खरं असल्याचं पाहत मुकुंद म्हणाला, "मोनिकाचा पासपोर्ट काढलेला आहे का? तो असेल तर मग बाकी काही पाहण्याची गरजच भासणार नाही. कारण तो इश्यू करण्यापूर्वी पोलीस चौकशी झालेली असेलच."

"नाही हो, आमचाच नाहीतर तिचा कुठून असणार? कधी गरजच पडली नाही त्याची." आपली काहीतरी चूक झाल्यासारखं काकुळतीला येत माधवी म्हणाली. इतका वेळ वाढत चाललेला तिचा आत्मविश्वास एकदम गळून गेल्यासारखा झाला. तिच्या मनावर परत काळजीचे ढग भरून यायला लागले.

"हरकत नाही. पासपोर्ट नसला म्हणून काही बिघडत नाही. इतरही बऱ्याच गोष्टी आहेत." तिला परत धीर देत मुकुंद म्हणाला, "तिच्या शाळेतल्या ॲडमिशनचं रेकॉर्ड असेल. त्यावर तिचा फोटोही असेल."

"असेल. आणि हो, तिची आतापर्यंतची प्रत्येक वर्गातली आयडेन्टिटी कार्ड्स तिनं जपून ठेवलेली आहेत. तसंच सेन्ट व्हिन्सेन्टमध्ये दरवर्षी क्लास फोटो काढतात. तेही आहेत."

"गुड! तेही काढून ठेवा. नंतर कोणाला तरी पाठवून आम्ही ते आमच्याकडे घेऊन ठेवू. परत मिळतील तुम्हाला सहीसलामत. त्याची काळजी नको. ती जबाबदारी माझी. आय प्रॉमिस यू."

"या जागेत केव्हापासून राहता आहात तुम्ही?"

"सात-आठ वर्षं तरी झाली. मोनिका जेमतेम दोन वर्षांची असेल."

"हे तर आणखीच चांगलं झालं. तुमच्या शेजाऱ्यांनी तिला वाढताना, मोठी होताना, किंडरगार्टनमधून सेन्ट व्हिन्सेन्टमध्ये जाताना पाहिलं असेल. तेही सांगतील ना शपथेवर की ही मोनिकाच आहे."

"शपथेवर? म्हणजे कोर्टात साक्ष वगैरे द्यावी लागेल की काय?" माधवीचा विश्वास परत डळमळीत होऊ लागला होता.

"तसं करावंही लागणार नाही. पण आपण आपली पहिल्यापासूनच तयारी करून ठेवलेली बरी. तहान लागल्यावर विहीर खणायला लागणं शहाणपणाचं ठरेल का?"

माधवीला ते पटलं तरी मघापासून छळणारी शंका तिला परत अस्वस्थ करायला लागली होती. आपल्या मुलीला कोणीतरी पळवून न्यायचा प्रयत्न केला होता. आणि ही दोघं जण आपणच अपराधी असल्यासारखी आपलीच चौकशी काय करत सुटले आहेत! जणू काही मीच मोनिकाला पळवून इथं आणलं आहे. न राहवून तिनं ते बोलूनच दाखवलं.

"मिसेस वाटवे, तुमच्या भावना समजू शकते मी. मीही आई आहे एका मुलाची. माझ्यावर अशी परिस्थिती आली तर माझीही प्रतिक्रिया तुमच्यासारखीच होईल." तिची समजूत काढत नीरा म्हणाली. "एरवी आम्ही तशी तसदी तुम्हाला दिलीही नसती. पण इथं दुसऱ्या एका बाईंनी मोनिका हीच आपली हरवलेली मुलगी आहे असा दावा केलाय, त्यामुळे तिला पळवून नेण्याच्या प्रयत्नाला वेगळंच वळण लागलंय. मोनिकाच्या खऱ्या ओळखीची शहानिशा करणं आवश्यक झालंय. तेच आम्ही करतो आहोत. तसं करून तुम्हाला मदतच करतो आहोत आम्ही. तुमच्या म्हणण्याप्रमाणं आम्ही तुमची चौकशी न करता त्या बाईवरच आरोप ठेवला आणि तिनं उद्या कोर्टात मोनिका आपलीच मुलगी असून तुम्हीच तिला पळवून नेली आहे, असा उलट दावा केला तर काय होईल याचा विचार करा. तुम्हाला मग अधिकच त्रास होईल. त्या वेळी आम्हीही आजच्या सारखी भूमिका घेऊन तुम्हाला मदत करू शकणार नाही. आम्हाला याहून कडक चौकशी करावी लागेल. ते परवडेल का तुम्हाला?"

"पण मोनिका आमचीच मुलगी आहे हे तुम्ही स्वत: पाहिलेलं आहे. पोलीस स्टेशनमध्ये ती कशी मला बिलगून-बिलगून राहत होती, माझ्या पदराआड लपत होती हे तुम्ही पाहिलेलं आहे. जर आम्ही तिला पळवून आणली असती तर ती अशी वागली असती का? तशी ती आता दहा वर्षांची आहे. केव्हापासून ती आमच्याकडे आहे हे तिला आठवत असणारच. ती नाही का सांगू शकणार की ती आमचीच मुलगी आहे?"

"पटतंय मला, मिसेस वाटवे. पण त्या बाईंनीही आपल्या म्हणण्याच्या समर्थनार्थ काही पुरावा आमच्यापुढे ठेवला म्हणून तर ही चौकशी करावी लागते आहे. तो फोटो तुम्हाला मी दाखवला. तो तुम्ही मला दिलेला नाही हे तुम्हीही मान्य केलंत. मग तो त्या बाईकडे कसा काय आला?"

"काढला असेल तो तिनं मोनिकाला नकळत."

"पण तो काही आताचा नाही. दोन तीन वर्षांपूर्वीचा आहे. त्या फोटोच्या मागच्या बाजूला तो ज्या स्टुडिओत काढला त्याची तारीख आहे. शिवाय त्या फोटोतली मुलगी दिसतेही लहान. मोनिकाचा दोन एक वर्षांपूर्वीचा फोटो तुमच्याकडे असेल. त्याच्याशी पडताळून पहा म्हणजे तुमचीही खात्री पटेल. आणि समजा तुम्ही म्हणता त्याप्रमाणं मोनिकाच्या नकळत हा त्या वेळीच काढण्यात आला असेल तर मग गेली दोन वर्षं ती बाई गप्प का बसली? आताच तिनं मोनिकाला पळवून न्यायचा घाट का घातला?"

यावर माधवी गप्पच बसलेली पाहून नीरा पुढे झाली. तिच्या पाठीवर थोपटत ती म्हणाली,

"नाही ना या प्रश्नांची उत्तरं देता येत? तुम्ही गप्प राहू शकता. पण वुई कॅनॉट ॲफोर्ड दॅट लक्झरी. आम्हाला हेच प्रश्न केले गेले, तर एक तर त्यांची उत्तरं तरी

शोधावी लागतील किंवा त्या प्रश्नांचा जो रोख आहे त्यानुसार ॲक्शन घ्यावी लागेल. म्हणजे मोनिका ही मोनिका नसून तोरल पारेख आहे हे खरं मानून पुढची कारवाई करावी लागेल.''

हीं शक्यता आतापर्यंत माधवीच्या मनातही आली नव्हती. नीरानं ती बोलून दाखवल्यानंतर तिनं हायच खाल्ली. धपकन खाली बसत तिनं रडवेल्या सुरात विचारलं, ''म्हणजे तुम्ही मोनिकाला घेऊन जाणार?''

तिला हात देत उठवत आणि तिच्या हातावर हलकेच थोपटत परत नीरा म्हणाली,

''नाही माधवी, तसं आम्हाला करायचं नाहीय. आम्ही अमानुष नाही आहोत आई आणि मुलगी यांची ताटातूट करायला. पण त्यासाठीच तुमचीही मदत हवी आम्हाला. नाहीतर आमचा नाइलाज होईल. हेच मगापासून सांगतो आहोत. एनी वे, आमची तशी खात्री पटलीय. या बर्थ सर्टिफिकेट, रेशन कार्ड, वगैरेच्या फोटोकॉपीज काढून आम्ही ते परत करू. मोनिकाचे दोन तीन फोटो असतील, विशेषत: फॅमिली फोटो असतील तर तेही द्या. तेही नंतर परत करू. शाळेच्या प्रिन्सिपलकडून आम्ही मोनिकाच्या ॲडमिशन फॉर्मची कॉपीही मिळवू. तुमचे शेजारी किंवा मगाशी त्या कोण म्हणालात मोनिकाला आणि तिच्या मैत्रिणीला परत घेऊन येणाऱ्या –''

''– अर्चना. अर्चना रेगे!''

''राइट. त्या कुठं राहतात?''

''याच सोसायटीत. पलीकडच्या बिल्डिंगमध्ये.''

''व्हेरी गुड. त्यांचंही स्टेटमेन्ट घेऊन ठेवतो. आणखी काही तक्रारी निर्माण झाल्या नाहीत तर मग परत तुम्हाला तसदी द्यायचं काही कारणच उरणार नाही.''

ते दोघं आता निघताहेत म्हणून सुस्कारा सोडावा की यापुढे याहूनही काहीतरी मोठं दिव्य करावं लागणार म्हणून धास्तावून जावं हेच माधवीला कळेना. नुसतीच मान हलवत तिनं त्यांना निरोप दिला. त्यानंतरही ती तशीच होती. त्याच ठिकाणी कितीतरी वेळ बसूनच राहिली होती.

''तर असा हा सारा मामला आहे सर.''

अमृतरावांच्या ऑफिसात नीरा आणि मुकुंद बसले होते. माधवी वाटवेच्या घरची चौकशी झाल्यावर ते सरळ तिथं आले होते. माधवीच्या घरी जाण्यापूर्वी मुकुंदनं जी भीती व्यक्त केली होती ती रास्त ठरल्यावरही त्याचं समाधान मात्र त्यांना वाटत नव्हतं.

''सर, सकाळी आपल्याशी बोलताना मुकुंदनं विचारलं होतं की, अजून तरी ही केस कुठं झालीय? आता मात्र ती अतिशय गुंतागुंतीची केस झालीय. मुलगी एकच आहे. पण दोघी जणी ती आपलीच मुलगी असल्याचा दावा करताहेत. दोघांच्याही

म्हणण्यात वरकरणी तरी तथ्य वाटतंय. माधवीच्या बाबतीत तशी कोणतीच शंका नाही. ती मुलगी म्हणजे मोनिका वाटवेच आहे याची तिनं चांगलीच खात्री पटवली आहे. खास म्हणजे त्या मुलीच्या वागण्यावरूनही माधवीच तिची आई आहे असं वाटतंय.''

''जयंतीबेननी तो फोटो दिला नसता आणि तो अल्बमही दाखवला नसता तर माधवीचं म्हणणं संपूर्णपणे खरं मानून त्यांच्यावर आणि रघुनाथवर अपहरण करण्याचा आरोप ठेवता आला असता.''

''पण आता तसं करता येणार नाही, असंच ना?'' अमृतरावांनी विचारलं.

''जयंतीबेन खोटं बोलताहेत असा कोणताच पुरावा मिळालेला नसताना त्यांच्यावर कसा आरोप करणार? निदान त्यांची गैरसमजूत झालेली आहे, मोनिका आणि तोरल यांच्यात इतकं विलक्षण साम्य असलं तरी ती मोनिकाच आहे, तोरल नाही हे पटवून देण्याइतपत तरी पुरावा मिळायला हवा.''

''तरीही त्या दोघींमध्ये इतकं विलक्षण साम्य कसं हेच मला कळत नाही. त्या दोघींपैकी कुणाला जुळ्या मुली तर झाल्या नव्हत्या ना?'' अमृतरावांनी एक वेगळीच शंका प्रदर्शित केली.

''मोनिकाच्या बर्थ सर्टिफिकेटवर तरी तसं काही म्हटलेलं नाही. तेव्हा तिला जुळी बहीण झाली असेल असं वाटत नाही.''

''तसंच काही म्हणता येणार नाही. जरी जुळी झाली असती तरी त्यांची बर्थ सर्टिफिकेट्स वेगळीवेगळीच दिली गेली असती. तोरलचं तर बर्थ सर्टिफिकेट आपण पाहिलेलंच नाही.''

''अरे हो सर, जयंतीबेननी दिलेल्या फोटोवरच विसंबून चाललो आहोत आम्ही. त्यांना खरोखरीच तोरल नावाची मुलगी होती याचा तसा सज्जड पुरावा अजून तरी आपण मिळवलेला नाही. तिचं बर्थ सर्टिफिकेट पाहिल्यानंतरच तसं म्हणता येईल.''

''ते त्यांच्याकडे असेल याविषयी माझ्या मनात तरी शंका नाही. त्या आपल्याजवळ एवढं खोटं बोलतील असं वाटत नाही. आपण त्यांच्या दाव्याची मुळापासून चौकशी करू हे ओळखण्याइतक्या हुशार आहेत त्या.''

''तुम्ही आणखी एका बाबीकडे आतापर्यंत दुर्लक्ष केलेलं आहे, मुकुंद.''

''कोणत्या सर?'' मुकुंद आणि नीरा दोघांनीही एकदम विचारलं.

''आपली मुलगी दोन वर्षांपूर्वी हरवली होती असं जयंतीबेन म्हणाल्या होत्या. त्या वेळी पोलिसात तक्रारही केली होती. त्याचा काहीच फायदा झाला नाही म्हणून रघुनाथकडे ती केस सोपवली असं त्या म्हणाल्या होत्या. त्यांच्या या स्टेटमेन्टची शहानिशा केलेली नाहीत तुम्ही. त्यांनी खरोखरीच एफआयआर सबमिट केला होता का? केला असेल तर आपण त्यावर काय ॲक्शन घेतली?

त्याचे रिपोर्ट पहा. आपण ती केस क्लोज केली, अनसॉल्व्ड् म्हणून अजूनही तशीच पडून आहे की तिचा निकाल लावला गेला आणि तो जयंतीबेनना समाधानकारक वाटला नाही. नेमकं काय झालं होतं याचा छडा लावा. त्यानंतरच आपण याचा पुढे विचार करू शकू.''

''आणि त्या रघुनाथचं काय करायचं?''

''त्याला वॉर्न करून दर दोन दिवसांनी हजेरी लावण्याच्या अटीवर सोडून द्या. कारण अपहरणाचा आरोप करायचाच झाला, तर त्याला तो केवळ एक अक्सेसरी आहे. मुख्य आरोप जयंतीबेनवरच जाईल.''

''तेही खरंच आहे. त्याच्यावर तशी नजर ठेवण्याचीही फारशी गरज पडणार नाही. त्याचं पूर्वीचं रेकॉर्ड आपल्याकडे आहेच. त्याचे फिंगरप्रिंट्सही रेकॉर्डमध्ये आहेत. तेव्हा त्याला सोडलं तरी तो फारशी गडबड करणार नाही.''

मुकुंद आणखी काही विचारणार तोच अमृतरावांच्या टेबलावरचा एक्स्टेन्शन फोन वाजला. त्यांची सेक्रेटरी बाहेरून बोलत होती.

''सुनीता, मला डिस्टर्ब करायचं नाही असं सांगितलं होतं ना मी?''

''हो सर, पण डॉ. कौशिक आले आहेत. तुम्ही बिझी आहात असं सांगितल्यावर ते परत जायला निघालेच होते. पण मीच जरा थांबवून ठेवलं. तुमचा दुसरा काही निरोप त्यांना असेल तर –''

''नाही... नाही, आमची मीटिंग तशी आटोपतच आली होती. त्यांना आत पाठवून दे. आणि हो कॉफीही सांग.''

केबिनच्या दारावर टकटक करत कौशिक आत डोकावले.

''या, या कौशिक, आज इकडं कुठं वाट चुकलात?'' आपण बोलावल्याशिवाय कौशिक सहसा आपल्या ऑफिसात येत नाहीत, हे अमृतरावांना माहीत होतं. तेव्हा त्यांचं काहीतरी खास काम असल्याशिवाय ते येणार नाहीत, याची त्यांना खात्री होती. तेव्हा आता आपण त्यांच्याकडे काही मागणी करण्याऐवजी तेच आपल्याकडे काही मागणार आहेत असं समजून अमृतराव सुखावले.

कौशिक आत येताच त्यांनी मुकुंद आणि नीरा यांची त्यांच्याशी ओळख करून दिली.

''व्हेरी ग्लॅड टू मीट यू सर. आजवर आपली ख्याती ऐकून होतो. पण प्रत्यक्ष भेट होण्याचा प्रसंग कधी आला नव्हता.''

''हे अमृतराव सांगतात त्यावर विश्वास नका ठेवू. आपण सगळी केस सोडवायची आणि नामानिराळं राहायचं ही त्यांची फार जुनी खोड आहे. त्यामुळे उगीचच मला क्रेडिट मिळत आलंय. कसली ख्याती आणि कसलं काय! तुमच्यासारखी धडाडीची तरुण माणसं पोलीस फोर्समध्ये आहेत, म्हणून तर

सगळं व्यवस्थित चाललंय. बरं ठीक आहे. मला काही तुमच्या मध्ये मध्ये करायचं नाही. इकडं टाइम्सच्या ऑफिसात आलो होतो काही जुने अंक चाळण्यासाठी. म्हटलं असलेच अमृतराव मोकळे तर कॉफी घेऊन जावं. तेवढीच माझ्या खिशाला लागणारी गळती वाचली. त्या बरिस्टा आणि कॉफी डे मध्ये कसली महाग आहे हो कॉफी!'' डोळे मिचकावत कौशिक अमृतरावांच्या समोरच्या खुर्चीत बसले.

प्रसन्न चेहऱ्यांनी नीरा आणि मुकुंद यांनी दोघांचा निरोप घेतला.

''फार दिवसांनी येताय तुम्ही इथं ऑफिसमध्ये कौशिक. काही विशेष?''

''सांगितलं ना, काहीही विशेष नाही. इथं जवळ आलोच होतो, म्हणून सहज चक्कर मारली.''

बरेच दिवस बुद्धीला काही खाद्य मिळालं नाही, कोणतंही आव्हान मिळालं नाही म्हणून कौशिक अस्वस्थ झाले आहेत, हे अमृतरावांनी ओळखलं होतं. असलीच काही गुंतागुंतीची केस तर पाहावं म्हणून ते इथं आले असणार. पण नेहमीप्रमाणं आपणहून ते तसं बोलून दाखवणार नाहीत. आपणच त्यांना भरीला घालून केसमध्ये गुंतवतो असंच भासवण्याचा त्यांचा प्रयत्न असणार.

बहुतेक वेळा तसंच झालेलं आहे हेही अमृतरावांना आठवलं. पण या वेळी मात्र त्यांची ही युक्ती साधली जाणार नाही. खरोखरीच कौशिकांना साकडं घालावं लागावं अशी परिस्थिती नाहीय. तशा काही महत्त्वाच्या केसेसच नाहीत सध्या. फार-फार तर ही या मुलीच्या अपहरणाचीच त्यातल्या त्यात जरा डोकं खाणारी आहे. पण तीही आपल्या चांगल्याच कंट्रोलमध्ये आहे. कौशिकांकडे त्यासाठी जाणं काही आवश्यक ठरणार नाही. आता त्यांची गंमत बघण्याची संधी आपल्याला मिळणार आहे.

आनंदानं हात चोळत अमृतराव उभे राहिले. तेवढ्यात त्यांना आठवण झाली की आपण कॉफीची ऑर्डर दिली आहे. ती येईपर्यंत तरी बसून राहिलं पाहिजे.

त्यांच्या त्या उभ्या राहण्यानं कौशिकांनाही हसू आलं. आपल्यावर कुरघोडी केल्याच्या समाधानानं अमृतरावांचा चेहरा कसा उजळून निघाला आहे, हे ते पाहतच होते. किंचितशी मान हलवून त्यांनी आपला पाइप पेटवायला सुरुवात केली. तेवढ्यात आपण चक्क पोलीस हेडक्वार्टरसारख्या सरकारी वास्तूत असल्याची जाणीव होऊन त्यांनी विचारलं,

''चालेल ना?''

''अं? हो हो बाय ऑल मीन्स!'' आणि आनंदाच्या भरात अमृतरावांनी ओठात चिरूट ठेवून त्याला काडी लावली.

''दोन वर्षांपूर्वीच्या सगळ्या मिसिंग पर्सन्स केसेसच्या फाइल्समधून तोरल पारेखची फाइल पाहिजे मला.'' मुकुंदनं फोनवर त्या खात्याच्या सुपरवायजरला सांगितलं.

''सर तारीख माहिती आहे का?''

''नाही. नक्की तारीख माहिती नाही. शिवाय दोन वर्षांपूर्वी हेही अदमासानं सांगतोय मी. त्या पाठीही एखादं वर्ष जावं लागेल कदाचित.''

''ठीक आहे सर. करतो प्रयत्न.''

''म्हणजे? सगळं रेकॉर्ड आहे ना आपल्याकडे?''

''आहे सर. पण ते सगळं मॅन्युअल स्वरूपात आहे. कॉम्प्युटरवर ठेवलेलं नाही. शोधायला वेळ लागेल.'' या नव्या तरुण ऑफिसर्सची लॅपटॉप वापरायची सवय ओळखीची असलेल्या त्या सुपरवायजरनं सांगितलं.

''ठीक आहे, पण अल्फाबेटिकली तरी ठेवलेल्या असतील ना त्या फाइल्स.''

त्यावर तो सुपरवायजर गप्पच बसलेला पाहून मुकुंद काय समजायचं ते समजला.

''साधी म्हणता-म्हणता बराच वेळ खाणार आहे ही केस असं दिसतंय.'' तो नीराला म्हणाला.

''तो कमी करायचा असेल तर आपणच तिथं जाऊन त्याच्याबरोबर त्या फाइल्स शोधायला सुरुवात करायला हवी.''

नीराचं ते म्हणणं पटून तिच्याबरोबर तोही तिकडे निघाला.

''मिसिंग पर्सन्सच्या सगळ्या फाइल्स इथंच आहेत ना? म्हणजे कोणत्या तरी एखाद्या ठाण्यावर कोणी तक्रार नोंदवली असेल तर त्याची फाइल इथं असेल की तिथं?''

''डिटेल्ड फाइल त्या ठाण्यातच असेल सर. पण त्याची नोंद इथं झालेली असेल.''

''तेवढी मिळाली तरी पुरेसं आहे. त्यावरून मग त्या ठाण्यात जाऊन पुढची चौकशी करता येईल.''

पण तीन-चार तासांच्या अथक प्रयत्नांनंतरही ती फाइल मिळाली नाही. तोवर सगळ्या ठाण्यांना मेसेज पाठवून त्याची चौकशी करायला सांगितली गेली होती. पण तोरल पारेख नावाची मुलगी हरवल्याची कोणतीही तक्रार कुठंही सापडली नाही.

''मला वाटलं नव्हतं, ती बाई इतक्या छातीठोकपणे खोटं बोलेलसं. आपली मुलगी हरवली होती आणि पोलिसांमध्ये तक्रार करूनही काहीही उपयोग झाला नाही हे सांगताना त्या बाईच्या चेहऱ्यावरची सुरकुतीही हलली नव्हती.''

"तेच तर मला संशयास्पद वाटतंय. ती मुलगी हरवली असूनही तिनं आपल्याकडे तक्रार का केली नाही? शिवाय भांडण वगैरे होऊन आपणहून सोडून जाण्याइतकी ती मुलगी मोठीही नव्हती. मला तर आता त्या बाईला खरोखरीच तोरल नावाची मुलगी होती की काय याचीच शंका यायला लागली आहे."

"पण मग तिनं दाखवलेला तो अल्बम? तो पलीकडचा फ्रेम केलेला फोटो? तिला जर मुलगीच नव्हती, तर मग त्यांची संगती कशी लावायची?"

"हो, तीही एक अडचण आहेच. त्या फोटोच्या पाठीमागं तो जिथं काढला त्या स्टुडिओचं नावं आहे ना? तिथं जाऊन चौकशी केली तर?"

"त्याच्याकडून फार फार तर ज्यांनी त्या फोटोची ऑर्डर दिली होती त्यांचा पत्ता मिळेल. तो तर आहे आपल्याकडे."

"पण खरोखरीच तशी ऑर्डर दिली गेली होती की हा केवळ तयार केला गेलेला बनावट फोटो आहे याचीही शहानिशा करता येईल."

"पण मग तो सगळा अल्बम? ते सगळेच फोटो असे तयार केले गेले असतील?"

"फोटो एडिटिंगची सॉफ्टवेअर किती डेव्हलप्ड आहेत हे माहितीच आहे तुला. आपल्याला वाटेल तशी इमेजेस तयार करता येतात."

"खरं आहे. पण त्यासाठीही मोनिकाचे फोटो कुठूनतरी मिळवायला हवेत ना तिनं. शिवाय माधवीनं दाखवलेल्या फोटोंमध्ये मोनिकाचे तसे फोटो नव्हतेच."

नीरा यावर गप्प बसली. बुडत्यासारखा आपण काडीचाच आधार शोधतो आहोत हे तिलाही उमगलं होतं.

"मग आता परत जयंतीबेनकडे जाऊन तिलाच याचा जाब विचारण्याशिवाय दुसरा मार्गच दिसत नाही मला." ती म्हणाली. "माय गॉड! त्या वेळीच हे ध्यानात यायला पाहिजे होतं आपल्या मुकुंद?"

"काय?"

"ती बाई खोटंच सांगत असणार. ती काय म्हणाली होती, की तोरल आपल्या मैत्रिणीकडे जायला निघाली होती. पण तिथं ती पोचलीच नाही. वाटेतच कुठं तरी हरवली."

"हो बरोबर, पण ते खोटं कशावरून?"

"तिनं हेही सांगितलं की, तिची मैत्रीण जुहू-पार्ले स्कीममध्ये राहत होती. आता बोरिवली पासून तिथं जायचं तर सात-आठ वर्षांची मुलगी एकटीच, कोणाच्याही सोबतीशिवाय जाईल हे पटतं का तुला? म्हणजे ती कोणाबरोबर तरी गेली असणार. तसं असेल तर मग त्या व्यक्तीला तिनं धारेवर का धरलं नाही. का ती व्यक्तीही हरवलेली आहे. तसं असेल तर तिच्याबाबतीत काही मिसिंग पर्सन रिपोर्ट असायला

हवा. आणि अशी कोणी व्यक्ती नसेल तर मग तोरल तिकडं गेल्याची कहाणीही बनावटच मानायला हवी.''

''तिनं खोटी बनावट कथा रचून सांगितली असेल तर मग त्याची खूपच तयारी करावी लागली असणार तिला. ठीक आहे, कदाचित हा मोनिकाला पळवण्याचा प्रयत्न फसला तर आपण तिच्याकडे पोचू याची कल्पना तिनं केली असणार. तशी केली असेल तर मग ही भलीमोठी तफावत तिनं कशी राहू दिली? शिवाय ही कथा रचण्यासाठी तिनं ही तयारी केली असेलही. तरीही मोनिकाला पळवून मग तिला काय साधायचं होतं? मोनिकाच्या आई-वडिलांपेक्षा तिची आर्थिक परिस्थिती किती तरी चांगली असावी, हे दिसलंच होतं आपल्याला. तेव्हा हा काही एक्स्टॉर्शनचा प्रकार असणार नाही. दुसरंच काहातरी कारण असलं पाहिजे.''

''त्याचाच विचार करायला पाहिजे आपण. म्हणजे दुसऱ्याच दिशेनं आपली गाडी चालवायला हवी. दुसरी एक आयडिया सुचतेय मला. हे बघ मुकुंद, ती बाई जर इतकी खोटारडी असेल तर मग तिनं जे जे काही आपल्याला सांगितलं ते सगळंच खोटं होतं असंच आपण मानायला हवं. म्हणजे मग तिनं आपला नवरा कार ॲक्सिडेन्टमध्ये गेला असं जे सांगितलं ते तरी खरं कशावरून?''

''ते खोटं असेल असं नाही मला वाटत. ते सांगताना तिच्या त्या एरवी एखाद्या संगमरवरी पुतळ्यासारख्या निर्विकार राहणाऱ्या चेहऱ्यावर उमटलेली वेदना पाहिली आहे मी. तुलाही ती दिसलीय.''

''पण तरीही एकाही मुद्द्याकडे आपल्याला दुर्लक्ष करता येणार नाही. त्याचीही एकदा खातरजमा करून घेऊ या. कार ॲक्सिडेन्टचीही नोंद आपल्याकडे असेलच. कदाचित फोरेन्सिककडे ऑटॉप्सी रिपोर्टही असेल.''

''ठीक आहे. तेही करून पाहू या!'' त्यातून फारसं काही निष्पन्न होईल, याची आशा न ठेवता मुकुंदनं त्याची रेकॉर्ड्स मागवण्यासाठी समोरचा फोन उचलला.

पण जयंतीबेनची ती माहिती मात्र खरीच असल्याचा पत्ता थोड्याच वेळात त्यांना लागला. वास्तविक जयंतीबेनच्या नवऱ्याचं नाव माहिती नसल्यानं नुसत्या पारेख नावावरून फाइल शोधून काढायला बराच वेळ लागेल, अशीच त्याची अपेक्षा होती.

पण ती चुकीची ठरली. ती फाइल लगेच मिळाली. आणि त्या बरोबर दुसरीच एक अतिशय महत्त्वाची माहितीही मिळाली.

दोन वर्षांपूर्वी ५ एप्रिलला वेस्टर्न एक्सप्रेस हायवेवर झालेल्या एका ॲक्सिडेन्टमध्ये हेमंत पारेख जागच्या जागी मेला होता. अकस्मात समोर आलेल्या एका पादचाऱ्याला वाचवण्याच्या प्रयत्नात त्याचा कारवरचा ताबा सुटून ती जाऊन बाजूच्या रेलिंगवर आदळून उलटी-सुलटी झाली होती. तिनं दोन-चार कोलांट्या उड्या मारल्या होत्या.

शेवटीही ती उलटीच पडली होती. तिची दारं कापून आतल्या माणसांना बाहेर काढावं लागलं होतं.

आतून दोन बॉडी बाहेर काढण्यात आल्या होत्या. एक होती हेमंत पारेखची, जयंतीबेन पारेखनंच ती ओळखल्याचं नमूद केलं गेलं होतं. पण दुसरीही एक बॉडी होती. एका सात-आठ वर्षांच्या मुलीची. तिच्या चेहऱ्याचा मात्र पार चेंदामेंदा होऊन गेला होता. अंगावरच्या कपड्यांच्याही चिंध्या झाल्या होत्या. ती पारेख दांपत्याची मुलगी असावी, असा कयास पोलिसांनी केला होता. पण जयंतीबेननी तिला ओळखलं नाही. आपली मुलगी त्या गडबडीत कुठंतरी हरवली आहे, तिला शोधून काढा असंच ती परत-परत सांगत राहिली होती.

मुकुंदच्या तोंडातून नकळत एक हलकी शीळ बाहेर पडून गेली.

"अच्छा! असा प्रकार आहे तर सगळा. आपला नवरा आणि मुलगी दोघंही गेली हे कबूल करायला मन तयार नाही तिचं. नवरा गेलाय हे कसंबसं स्वीकारलंय तिनं, कारण त्याची बॉडी ओळखता येण्यासारख्या अवस्थेत होती. पण मुलीची तशी नव्हती. त्याचाच मानसिक धक्का बसला असेल तिला. अशा वेळी एक प्रकारचं बधिरपण येतं. त्यामुळे ती घटना घडल्याचं मानायलाच माणूस तयार होत नाही. म्हणूनच जेव्हा तिला तोरलसारखी दिसणारी मोनिका दिसली तेव्हा तिच्या मनानं परत उचल खाल्ली असणार."

"कठीण आहे. त्या बाईची समजूत घालणं सोपं जाणार नाही आपल्याला. मला वाटतं तिच्याकडे जाण्यापूर्वी साहेबांना जाऊन सांगू या."

अमृतरावांना केस असं वळण घेईल, हे अपेक्षित नव्हतं. पण सगळा प्रकार ऐकून त्यांनाही वाईट वाटलं.

"दुर्दैवी आहे सारा प्रकार. आता कोणावरही काही आरोप करण्याचा प्रश्नच उद्भवत नाही. जयंतीबेननं त्या रघुनाथला जरी ही कामगिरी दिली असली तरी ही त्याची बॅकग्राउंड समजल्यावर तसाही आरोप करणं माणुसकीला सोडून होईल. त्या बाईंना समजावून मला वाटतं ही केस इथंच क्लोज करायला हवी."

कसं कोण जाणे पण या वेळीही कौशिक नेमके तिथं हजर होते. अमृतरावांना एरवी त्यांचं तिथं असणं कदाचित आवडलं नसतं. पण केस सुटलीय आणि आता फक्त मामुली सोपस्कार झाले की ती क्लोज करता येईल हे पाहता त्यांनी मुद्दाम त्यांना तिथं थांबवून घेतलं होतं. त्यांची मदत न घेता एक केस क्लोज करता आली हे त्यांच्या समक्ष त्यांना दाखवून देता आल्याचं एक आगळंच समाधान त्यांना वाटत होतं.

मुकुंद आणि नीरा जयंतीबेनकडे जायला निघणार तोच घसा खाकरत कौशिक म्हणाले, "एक्स्क्यूज मी! आय कुडन्ट हेल्प ओव्हरहिअरिंग युवर कॉन्व्हर्सेशन.

कॉंग्रॅच्युलेशन्स टू यू बोथ आणि अमृतराव तुम्हालाही. पण माझी एक सजेशन आहे. त्या बाईला समजावणं तुम्हाला कठीण जाईल हे दिसतंय मला.''

"हो, सर! झोपलेल्याला जागं करता येतं. पण ज्यानं तसं सोंग घेतलंय त्याला कसं जागं करणार! वस्तुस्थिती काय आहे हे जयंतीबेननाही चांगलंच माहिती आहे. पण ती स्वीकारायचीच त्यांची तयारी नाही म्हटल्यावर त्यांची समजूत काढणं कठीणच जाणार आहे.''

"म्हणूनच माझा सल्ला आहे. जर तुम्ही मोनिका ही तिची मुलगी नाही हे सिद्ध करणारा सज्जड पुरावा सादर केलात, तर मग ती तुमचं म्हणणं मान्य करायला तयार होईल.''

"म्हणजे आता आणखी कोणता पुरावा मिळवायचा?'' अमृतरावांनी विचारलं. "मोनिकाची आई माधवी वाटवेच आहे हे तर सिद्ध झालेलंच आहे.''

"पण त्याहूनही ठोस पुरावा मिळाला तर? तुम्ही मोनिकाची डीएनए फिंगरप्रिंटिंग टेस्ट का नाही करत?''

"कशासाठी? इथं काही मोनिकाचा बाप कोण आहे, हे थोडंच शोधून काढायचंय?''

"बरोबर आहे तुमचं म्हणणं अमृतराव. आपल्याला तिची आई कोण आहे हेच शोधायचंय. म्हणूनच मी म्हणतो त्याप्रमाणं डीएनए फिंगरप्रिंटिंगच करायचं. पण त्यासाठी डीएनए वापरायचं ते मायटोकॉन्ड्रियामधलं.''

"येस सर यू आर राइट! मला हे आधीच सुचायला हवं होतं.'' नीरा म्हणाली.

"आय ॲम सॉरी. बट आय ॲम लॉस्ट! मी कन्फ्यूज झालोय. डीएनए एकच असतं ना? मग हे कुठलं?''

"नाही राऊत. आपल्या शरीरातल्या प्रत्येक पेशीमध्ये दोन प्रकारची डीएनए असतात. एक असतं ते पेशीच्या केंद्रकामधलं – न्युक्लियसमधलं. आपले यच्चयावत फिजिकल, फिजियॉलॉजिकल आनुवंशिक गुणधर्म हेच डीएनए ठरवतं. हे डीएनए आई आणि वडील दोघांकडून मिळालेला वारसा असतो. फिफ्टी-फिफ्टी. पण दुसरंही एक डीएनए असतं. ते न्युक्लियसमध्ये नसतं. ते न्युक्लियसच्या बाहेर जे एक फ्लुइड असतं, सायटोप्लाझम, त्यातल्या मायटोकॉन्ड्रिया या उपांगामध्ये असतं. मायटोकॉन्ड्रियाला पेशीचं 'पॉवरहाउस' असं म्हटलं जातं. कारण पेशीला लागणारी सारी एनर्जी या मायटोकॉन्ड्रियामध्ये होणाऱ्या बायोकेमिकल रिॲक्शन्समधून मिळत असते.''

"ते ठीक आहे. पण तेही असंच आई आणि वडिलांकडून फिफ्टी-फिफ्टी असं मिळत असणार. मग ते आणि दुसरं तुम्ही म्हणालात ते, यात फरक तो कसला? मग तेच कशाला घ्यायचं?''

"त्याचं कारण हेच की मायटोकॉन्ड्रिया आपल्याला मिळतात ते फक्त आईकडूनच.''

"ते कसं काय?"

"त्याचं कारण आपण म्हणजे पुरुष बरं का राऊत, तसे फारच आप्पलपोटे असतो. मुलं आपल्याला हवी असतात. आपलं नाव पुढे चालवण्यासाठी, आपल्या घराण्याचा वारसा चालू ठेवण्यासाठी. पण त्यासाठी फार मोठी गुंतवणूक करण्याची आपली तयारी नसते. बहुतेक प्राण्यांमध्ये हेच दिसून येतं. याची सुरुवात होते ही नव्या पिढीची नांदी म्हणण्याच्या वेळेपासून. जेव्हा आईकडून मिळालेल्या बीजाचं फलन वडिलांच्या बीजाकडून होतं. तेव्हा पुरुषाच्या बीजातला फक्त डीएनएचा साठाच तेवढा त्या बीजात टोचला जातो. केवळ जनुकांचा साठा. त्यामुळे त्या बीजात जो जनुकांचा निम्माच साठा असतो तो पूर्ण होतो. आणि बीजाचं फलन होतं. पण त्या बीजातले बाकीचे सर्व भाग, त्यात मग सायटोप्लाझम तसंच त्या पेशीरसातले मायटोकॉन्ड्रियासारखे इतर अवयव असतात ते आईच पुरवते. हंड्रेड पर्सेंट. त्यामुळे मायटोकॉन्ड्रियातलं डीएनए हे संपूर्णपणे आईकडून मिळालेलं असतं. मुलगा आणि मुलगी दोघांनाही. त्यामुळे आईचं नातं निर्विवादपणे सिद्ध करणं, आता शक्य झालं आहे. म्हणूनच म्हणतो मोनिका आणि तिची आई यांच्या मायटोकॉन्ड्रियातल्या डीएनए फिंगरप्रिंटिंगची तुलना केली की, साराच मामला स्पष्ट होईल. ती जयंतीबेनची मुलगी नाही, हे सिद्ध होऊन जाईल. आणि मग त्यांची काही तक्रारच उरणार नाही. आपली मुलगी हरवली आहे या त्यांच्या समजुतीत कदाचित काहीही फरक पडणार नाही. पण निदान मोनिका त्यांची मुलगी नाही हे तरी त्यांना दाखवून देता येईल. तिला पळवून आणण्याचा प्रयत्न त्या परत करणार नाहीत."

"हो सर! तुम्ही म्हणता तशी अगदी वॉटरटाइट केस बनेल मग!"

अमृतरावांना ते तेवढंस पसंत नव्हतं. केस सॉल्व्ह झालेली आहे. त्या बाईच्या मानसिक स्थितीची फारशी पर्वा करण्याचं कारण आपल्याला नाही. ती समजते तशी तिची मुलगी जिवंत नसून ती अपघातात दगावलेली आहे. तेव्हा आता विनाकारण आणखी काहीतरी टेस्ट्स करून वेळ घालवण्यात अर्थ नाही, असंच त्यांना वाटत होतं. या कौशिकांची ही जुनी खोड आहे. त्यांच्या दृष्टीनं कोणतातरी इंटरेस्टिंग असा वैज्ञानिक धागा त्यांना मिळतो. बस्स! त्या सुतावरून स्वर्ग गाठण्याची त्यांची धडपड सुरू होते.

पण मुकुंद आणि विशेषत: नीराही कौशिकांइतकेच उत्तेजित झाल्याचं पाहिल्यावर त्यांनी नाइलाजानं संमती दिली.

नीरा आणि राऊत यांची जोडगोळी परत घरी येताना पाहताच माधवीचा चेहरा परत काळवंडला. सगळं काही आता व्यवस्थित झालंय, आता परत पोलिसांचा

ससेमिरा आपल्या पाठी लागण्याचं कारण नाही अशीच तिची समजूत त्या दोघांच्या या पूर्वीच्या भेटीनंतर झाली होती. त्यामुळे त्या दोघांनी घरात पाऊल ठेवल्याबरोबर तिनं आपल्या मनातल्या रागाला वाट करून दिली.

"आता काय परत आणखी? गेल्या वेळीच तुम्हाला काय पाहिजे, ते सर्व दिलेलं आहे. आता नव्यानं तुम्हाला देण्यासारखं किंवा सांगण्यासारखं माझ्याजवळ काहीही नाही. मधुकरही नेमका याच वेळी टूरवर गेलाय. आमच्या मोनिकाला पळवण्याचा प्रयत्न झाला. म्हणजे आम्ही बळी आहोत, एका अपराधाचे आणि तुम्ही परत-परत आमच्यापाठीच हात धुऊन लागताहात."

नीराही तिच्या त्या सरबत्तीनं चकित झाली. तिच्या मनावर या सगळ्या प्रकरणाचा केवढा ताण पडलाय याची जाणीव तिला झाली. विशेष म्हणजे या सगळ्याला तिला एकटीलाच तोंड द्यावं लागत होतं. तिचा नवरा नेमका या वेळी आपल्या कामाच्या निमित्तानं बाहेरगावी गेलेला होता. तसा तिचा रागही स्वाभाविकच होता. गुन्हेगाराऐवजी त्या गुन्ह्याची शिकार झालेल्यांच्या पाठीच पोलीस नेहमी लागतात या समजुतीला पुष्टीच मिळत होती.

"मला माहितेय! याबद्दल मी माफी मागते." तिला शांत करत नीरा म्हणाली, "पण या सगळ्या केसमध्ये गुंतागुंतच इतकी निर्माण होत चाललीय की आमचाही नाइलाज झालाय. तुमच्या मन:स्थितीचा विचार करून इथं येण्याचं टाळतच होतो आम्ही. पण दुसऱ्या एका स्त्रीच्या मन:स्थितीचाही विचार करावा लागतोय आम्हाला. तुम्हीही एक स्त्री आहात, एका मुलीची आई आहात, मोनिकावर तुमचा किती जीव आहे, हे पाहिलंय आम्ही. म्हणूनच मला वाटलं की तुम्हीही जयंतीबेनचं मन समजू शकाल. म्हणूनच आम्ही जरा धीर करून आलोय."

"तिचं मन? म्हणजे? माझ्या मुलीला आपलीच समजून जिनं पळवण्याचा प्रयत्न केला तिचं मन काय समजून घ्यायचं?"

"पण मोनिका ही मोनिका नसून आपली हरवलेली मुलगी तोरल आहे असं तिला का वाटतंय, हे मी सांगितलं ना तर तुमचा विचार बदलेल कदाचित. तेच तर सांगायला आलोय आम्ही." नीराकडे एक अर्थपूर्ण कटाक्ष टाकत मुकुंद म्हणाला.

"त्यात काय आहे? तिच्या मुलीसारखीच दिसते मोनिका. तेव्हा वाटलं आपलीच मुलगी ती आहे म्हणून."

"ते तर आहेच. पण दोन वर्षांपूर्वी हेमंत पारेख, जयंतीबेनचा नवरा, तोरलला घेऊन तिच्या मैत्रिणीकडे जुहू-पार्ले स्कीमकडे निघाला होता. वाटेत वेस्टर्न एक्सप्रेस हायवेवर त्याच्या गाडीला ॲक्सिडेन्ट झाला दोघंही जागच्या जागीच खलास झाले. हेमंतची ओळख तरी निदान पटू शकली. पण त्या मुलीच्या चेहऱ्याचा इतका काही चेंदामेंदा झाला होता की तिची ओळख पटण्यापलीकडे तिची अवस्था गेली होती.

नवरा आणि मुलगी एकदम सोडून गेल्याचा धक्का जयंतीबेनना सहन झाला नाही. त्यात मुलीची ओळख न पटल्यानं जी मेली ती दुसरीच कोणीतरी असून आपली मुलगी त्या ॲक्सिडेन्टमधून बचावली आणि कुठंतरी हरवली अशीच त्यांनी आपल्या मनाची समजूत करून घेतली आहे. आपल्या आयुष्याला काहीतरी आधार देण्यासाठी त्यांनी या स्वप्नातल्या विश्वाची निर्मिती केली आहे. ते स्वप्न आहे, सत्य नाही हे पटवून घेण्याची त्यांच्या मनाची तयारीच नाही. तो कप्पा त्यांनी बंद करून टाकला आहे.''

''खरंतर या स्वप्नातून त्यांना जागं करणं क्रूरपणाचं आहे असंच मला वाटतंय. तसं करून जो काही थोडाफार आनंद त्यांनी आपल्या आयुष्यात राखून ठेवलाय, जगण्याचं जे काही प्रयोजन त्यांनी योजलंय तेही त्यांच्यापासून हिरावून घेऊन आपण काय साधणार आहोत, असंच मला वाटतंय. पण आजवर त्यांचं स्वप्न हा त्यांचा वैयक्तिक, खासगी प्रांत होता. त्याचा इतर कोणाला, समाजाला त्रास होत नव्हता. त्यामुळे त्यांच्या त्या आभासी दुनियेतून त्यांना बाहेर काढण्याचं काहीच कारण नव्हतं. पण आता ती मर्यादा त्यांनी ओलांडली आहे. म्हणून वस्तुस्थिती काय आहे याची जाणीव त्यांना करून द्यायची वेळ आलेली आहे.''

माधवीचा राग एकदम नाहीसा झाला. जयंतीबेनबद्दल तिला कणव वाटू लागली. काय बिचारीचं आयुष्य. आपला नवरा परत कधीच येणार नाही हे कसंबसं तिनं मान्य केलंय. पण आपली मुलगी आज ना उद्या आपल्याला भेटणार आहे, आपण परत तिला जवळ घेणार आहोत, तिच्या चेहऱ्यावरून मायेचा हात फिरवणार आहोत, तिला उराशी घट्ट कवटाळणार आहोत या आशेवर बिचारी आजचा दिवस साजरा करून उद्याची वाट पाहतेय.

तरी पण आपण त्यासाठी काय करू शकतो हे काही तिच्या लक्षात येत नव्हतं. तिला त्या स्वप्नातून जागं करणं दुष्टपणाचं होईल हे तिलाही कळत होतं. पण तिच्या आणि इतरांच्याही, भल्यासाठी तसं करणं भाग आहे हेही तिला पटत होतं. तरीही आपण त्यासाठी काय करू शकतो हे काही तिच्या लक्षात येत नव्हतं. तिनं तसं बोलूनही दाखवलं.

''बरोबर आहे. डायरेक्टली तुम्ही काहीच करायचं नाहीय. ते आम्हीच करू. पण त्यासाठी तुमच्या सहकार्याची परत एकदा गरज भासणार आहे. मोनिका ही तुमचीच मुलगी आहे, त्या अपघातात गमावलेली त्यांची तोरल नाही हे निर्विवादपणे सिद्ध करून दाखवलं, तसा सज्जड पुरावा त्यांच्यासमोर ठेवला की त्यांना ते पटवून घ्यावंच लागेल.''

''पण तसे कितीतरी पुरावे या आधीच दिले आहेत मी.''

''तरीही त्याहीपेक्षा जबरदस्त असा एक पुरावा मिळू शकतो. डीएनए फिंगरप्रिंटिंग या टेस्टबद्दल ऐकलं आहेत का तुम्ही?''

“नाही.”

“आजपर्यंत कित्येक वेळा बाई पुरुषानं केलेल्या बलात्कारासारख्या दुष्कृत्यातून गरोदर राहत असे. अशा वेळी होणारं मूल आपलंच आहे हे तो पुरुष नाकारत असे. किंवा पुरुषालाच आपल्या पत्नीचा कोणीतरी यार आहे अशी शंका येत असे. आणि तिनं केलेल्या व्यभिचारातूनच तिला झालेलं मूल जन्माला आलं आहे असा आरोप तो करत असे. म्हणूनच म्हटलं जाई की ‘मॅटर्निटी इज ए प्रूव्हन फॅक्ट, बट पॅटर्निटी इज ए कन्जेक्चर.’ मातृत्व हे स्वयंसिद्ध असतं पण पितृत्व हा मात्र कयासाचाच भाग आहे. त्या म्हणीचा सत्यार्थ बदलून टाकणारी, पुरुषाला पितृत्वाबद्दल विश्वामित्री पवित्रा घेणं अशक्य करणारी ही डीएनए फिंगरप्रिंटिंग टेस्ट विकसित केली गेली आहे. प्रत्येक व्यक्तीचे सगळेच्या सगळे आनुवंशिक गुणधर्म त्याच्या अंगी असलेल्या जनुकांच्या आधारे निश्चित केले जातात. हे त्याच्या अंगच्या प्रत्येक पेशीमध्ये असलेल्या डीएनएच्या रूपात असतात. जसे प्रत्येक माणसाच्या हाताच्या बोटांचे ठसे एकमेव असतात, कोणाही दोघा जणांचे एकसारखे नसतात तशीच या डीएनएची स्थिती असते. आजकाल बहुतेक मालावर त्याची किंमत दाखवणारा जो बारकोड असतो ना तशा प्रकारचे बारकोड या डीएनएचा बनवता येतो. या बारकोडची तुलना करून मग हाच मुलाचा बाप हे सिद्ध करता येतं. कोर्टातही त्याला आता मान्यता मिळते.”

“म्हणजे आता मोनिकाच्या वडिलांची पण टेस्ट करणार की काय?”

“छे छे.” तिचा हात आपल्या हातात घेत नीरा म्हणाली, “आम्ही मोनिका आणि तुम्ही, दोघांच्याही डीएनएचे नमुने घेणार. त्याचे बारकोड बनवणार. आणि त्यांची तुलना करून तुम्हीच मोनिकाच्या आई आहात हे जयंतीबेनना दाखवून देणार.”

“तरीही त्यांनी ते मानायला नकार दिला तर? आणि तुम्ही म्हणता त्याप्रमाणं ही टेस्ट इतकी पक्की असेल तर मग त्यांच्या डीएनएचा तुम्ही म्हणता तसा काय तो बारकोड बनवला तर तो मोनिकाच्या डीएनएशी अजिबात जुळणार नाही. तेही त्यांना दाखवलंत तर त्यांची समजूत पटवणं अधिक सोपं नाही का जाणार तुम्हाला?”

“तेही करू त्यांनी तसा हट्टच धरला तर. पण त्यासाठी आम्हाला मोनिका आणि तुमच्या डीएनएचे नमुने घ्यावेच लागतील. खरं ना?”

“पण त्यासाठी काय करायला हवं? एखादं ऑपरेशन वगैरे तर नाही ना करावं लागणार? तसं असेल तर मग आम्ही नाही करणार. होऊ दे काय व्हायचं असेल ते.” माधवी मान ताठ करत, मुकुंदच्या डोळ्याला डोळा भिडवत, उभी राहत म्हणाली.

''नाही नाही माधवी, तसं करण्याची काही एक गरज नाही. किंबहुना तुम्ही ब्लड टेस्टसाठी जेवढी तसदी घेता तेवढीही घ्यावी लागणार नाही. आमचा एक टेक्निशियन येईल आणि तुम्हाला एक कॉटन बड देईल.''

''कॉटन बड? म्हणजे कान साफ करण्यासाठी आपण वापरतो तसला?''

''तसलाच. पण हा स्टरलाइज केलेला असेल. तो तुमच्या तोंडाच्या आतल्या बाजूला जरा जोरानं फिरवून घ्यायचा. तुमच्या तोंडाच्या आतल्या बाजूला जी मऊ त्वचा असते ना तिचा काही भाग मग त्या बडबरोबर निघून येईल. झालं. तो बड मग एका टेस्टट्यूबमधल्या सोल्युशनमध्ये फिरवला की त्या त्वचेच्या पेशी त्या ट्यूबमध्ये उतरतील. पुढचे सारे सोपस्कार मग त्या नमुन्यावरच केले जातील. तुम्हाला अजिबात त्रास होणार नाही. कुठं खरचटल्यासारखं रक्त येणार नाही की इंजेक्शनही घ्यावं लागणार नाही. ब्लडटेस्टसाठीही सुई टोचून रक्ताचा थेंब घेतात किंवा सिरिंजनं तुमच्या शिरेतून रक्त काढून घेतात. तसलं काहीही करावं लागणार नाही. तुम्ही संमती दिलीत की बाहेरच आमच्या गाडीत बसवून ठेवलेल्या त्या टेक्निशियनला त्याच्या किटसकट आम्ही बोलावू.''

माधवीला तरीही थोडीशी धास्ती वाटतच होती. आपण करतो आहोत ते योग्य आहे की नाही हेच तिला कळत नव्हतं. पण याही दिव्यातून बाहेर पडलो की त्यानंतर तरी ही पोलिसांची कटकट कायमची मिटेल असं तिला वाटत होतं.

''पण ही शेवटची टेस्ट ना? त्यानंतर काही मागणं राहणार नाही ना तुमचं?'' तिनं खात्री करून घेण्यासाठी विचारलं.

''नक्की! यानंतर तुम्हाला तसदी देण्याचं कारणच उरणार नाही आम्हाला.'' मुकुंदनं तिच्या मनाची समजूत पटवून देण्यासाठी सांगितलं.

''ठीक आहे. पण तुम्हाला संध्याकाळी यावं लागेल. मोनिका शाळेत गेलीय.''

''ठीक आहे, संध्याकाळी येऊ आम्ही.''

मुकुंद आणि अमृतराव अधीरपणे नीराची वाट पाहत बसले होते. डीएनए टेस्टचे रिझल्ट घेऊन ती आली की लगेच जयंतीबेनकडे जाऊन त्यांना सगळं समजावून सांगायचं आणि या केसची फाइल बंद करून टाकायची असं दोघांनीही ठरवलं होतं. मुलं पळवण्याच्या अफवेपासून हा सारा सिलसिला सुरू झाला होता याची मुकुंदनं अमृतरावांना आठवण करून दिली आणि त्याचं आपण काय करणार आहोत हेही विचारलं.

''त्याचं काही विशेष करण्याचं कारण नाही. एकतर लोकही आता टीव्हीवरची ती ब्रेकिंग न्यूज विसरले आहेत. या चॅनेलवाल्यांनाही नवीन बाईट्स मिळालेत. त्यामुळे तेही त्या घटनेचा पाठपुरावा करत नाहीएत. एकदा ही केस क्लोज केली की मीही

कमिशनरांबरोबर गृहमंत्र्यांची भेट घेऊन त्यांना सगळं काही सांगून टाकणार आहे. त्यानंतर द बॉल वूड बी इन देअर कोर्ट. आपल्या पाठचं हे शुक्लकाष्ठ नाहीसं होईल.''

त्यावर मुकुंद काही बोलणार तोच नीरा आली. ती भलतीच एक्साइट झाली होती. जवळजवळ धावतच आल्यासारखी ती थोडीफार धापा टाकत होती. खोलीत शिरताक्षणीच तिनं हातातली फाइल फडफडावत म्हटलं,

''यू आर नॉट गोइंग टू बिलीव्ह धिस.''

''म्हणजे मोनिका ही माधवी वाटवेचीच मुलगी असल्याचा पुरावा मिळालाय ना?''

''नाही, मुळीच नाही.'' मान हलवत नीरा म्हणाली, ''उलट मोनिका आणि माधवी यांचं काहीच नातं नसल्याचाच पुरावा मिळालाय.''

''हाउ इज दॅट पॉसिबल?''

''आपण सांगितल्याप्रमाणं पहिल्यांदा सीडीएफडीनं, मोनिका आणि माधवी यांचं मायटोकॉन्ड्रियल डीएनए कम्पेअर केलं. त्यात त्यांना काहीही साम्य मिळालं नाही. तेव्हा त्यांनी दोघींच्या न्युक्लियर डीएनएचीही तुलना केली. त्यातही काही कॉमन बॅन्ड्स मिळाले नाहीत. मोनिका ही माधवीची मुलगी नाही हेच त्यातून सिद्ध होतंय.''

''पण मग ते बर्थ सर्टिफिकेट? माधवीला मुलगी झाली होती आणि तिचं नाव मोनिका होतं हेच त्यावरून सिद्ध होतंय. शिवाय ते फोटो, ती आयडेन्टिटी कार्ड्स? त्याचं काय?''

''हो ना, ते सर्टिफिकेट कदाचित फेक असेल, बनावट असेल असं वाटल्यावरून येतायेता मी म्युनिसिपल ऑफिसमध्येही जाऊन त्यांचं रजिस्टर चेक करून आले. ते सर्टिफिकेट खरं आहे. त्यात काहीही खोटं नाही.''

''पण मग ही मुलगी कोण? आणि जयंतीबेनना जाऊन आपण काय सांगणार? त्यांना जर हे सगळं कळलं तर मग त्या म्हणतील की ती मुलगी माझी तोरलच आहे हे तर पहिल्यापासून ओरडून सांगतेय मी. तुम्हा मंडळींचाच त्यावर विश्वास नव्हता. ती मेली असंच सांगत होतात.''

''अगदी बरोबर! आणि ती अपघातात मेलेली मुलगी? ती कोण?''

''तो एक दुसराच प्रश्न आहे. आपण केस बंद करायला निघालो होतो. पण या डीएनए टेस्टनं तर ती सताड उघडली गेली आहे.''

''आणि आपण सताड उघडे पडलो आहोत.'' इतका वेळ त्या दोघांमधलं संभाषण गप्प राहून ऐकत बसलेले अमृतराव म्हणाले. त्या दोघांच्या एकेक वाक्यानं त्यांची अस्वस्थता वाढत चालली होती. चांगली केस बंद केली होती आपण. त्या जयंतीबेनला जाऊन सांगितलं असतं की त्या अपघातात मुलगी मेली तुझी. तिची ओळख पटली

नसेल तुला. पण ती त्या गाडीत तुझ्या नवऱ्याबरोबर होती हे तूच तर सांगितलं आहेस. त्या गाडीतूनच अपघाताच्या ठिकाणापासून तुझ्या नवऱ्याच्या बॉडीबरोबरच हीही बॉडी मोटारीतून बाहेर काढली होती. तेव्हा तुझ्या या हट्टाला काहीही आधार नाही. शेंडा नाही, बुडखा नाही. उगीचच दुसऱ्याच कोणा मुलीच्या वाट्याला जाऊ नकोस. त्या रघुनाथलाही तंबी दिली असती की सगळं काही उरकलं असतं.

पण त्या कौशिकांच्या नादाला लागलो आणि या नव्या डीएनए टेस्टच्या जाळ्यात सापडलो. आता हा पुरावा नजरेआडही करता येत नाही की त्याचा पाठपुरावाही करता येत नाही. कौशिकांनी हे नसतं त्रांगडं उभं करून ठेवलं आहे. आपल्याला त्यांची खोड माहिती असतानाही आपण कशाला त्या वेळी ही टेस्ट करायला संमती दिली?

पण आता असा विचार करून चालणार नव्हतं. त्या कौशिकांनी हा गुंता वाढवला आहे ना? मग त्यांनाच तो सोडवायला सांगितलं पाहिजे. त्यांना जाणीवही करून दिली पाहिजे की ते नसत्या वाटेला जाऊन सगळ्यांनाच कुठं तरी नेऊन अडकवतात.

"कौशिक! त्या कौशिकांनीच आपल्याला ही टेस्ट करायला सांगितलं होतं. मला वाटतं आता त्यांनाच बोलावून या समस्येची उकल करायला सांगायला हवं."

"मलाही तसंच वाटतं सर. जयंतीबेनऐवजी आता माधवीची कशी समजूत पटवायची हेच मला कळेनासं झालंय." नीरा म्हणाली. कौशिकांनी डीएनएची टेस्टची सूचना केली तेव्हा आपणही ती उत्साहानं उचलून धरली होती हे तिला विसरू म्हणता विसरता येत नव्हतं.

डॉक्टर कौशिक आले ते नेहमीप्रमाणं अतिशय शांतपणे. फक्त अमृतरावांच्या ऑफिसात शिरताच त्यांनी आपला पाइप ओठातून काढून खिशात टाकला.

"मग आले ना डीएनए टेस्टचे रिझल्ट?" त्यांनी अतिशय मोकळेपणी विचारलं.

"आले, पण त्यातूनच नवा घोटाळा निर्माण झालाय." 'ही सगळी तुमची कृपा.' हे शब्द ऐन वेळी अगदी जिभेच्या टोकावरून मागे सारत अमृतरावांनी गिळून टाकले.

"का? काय झालंय?"

"मोनिका आणि माधवी वाटवे यांच्या मायटोकॉन्ड्रियल डीएनएमध्ये काहीही मॅच मिळालेला नाही. त्यांच्या न्युक्लियर डीएनएमध्येही नाही. मोनिका ही माधवी वाटवेची मुलगी नाही असाच रिपोर्ट दिला गेलाय."

यावर कौशिक विचलित होतील. घाईघाईनं नीराच्या हातून रिपोर्ट ओढून घेत तो पाहण्याचा प्रयत्न करतील. काही चूक तर झालेली नाही ना असं उत्तेजित स्वरात

विचारतील, अशी अमृतरावांची अपेक्षा होती. पण कौशिक शांतच होते. खिशातला पाइप काढून त्यांनी तो तोंडात धरला होता. मात्र तो न पेटवता ते नुसताच चावत राहिले होते.

''बघा, म्हणजे ही टेस्ट केली हे बरंच झालं नाही का? तुम्ही त्या जयंतीबेनला जाऊन सांगितलं असतंत की मोनिका त्यांची मुलगी नाही, माधवीचीच आहे. तिनं त्यावर विश्वास न ठेवता हीच टेस्ट करण्याचा आग्रह धरला असता. आणि त्यानंतर हे रिझल्ट तुमच्या हातात आले असते तर मग तुम्ही खोड्यातच अडकला असतात ना?''

अमृतराव त्यांच्याकडे पाहतच राहिले. आपलं काही चुकलं हे या माणसाच्या गावीही नाही. आपण विनाकारण एक जवळजवळ सोडवलेल्या केसचा चुथडा केला आहे असं याला वाटतच नाहीय. उलट आपण जे केलं ते ठीकच होतं असं समर्थनच करतोय हा माणूस.

''मग आता काय करायचं ठरवलंय तुम्ही?''

''काय करणार? मोनिका माधवीची मुलगी नाही हे तर सिद्ध झालंय. तेव्हा ती आपलीच मुलगी आहे हा जयंतीबेनचा दावा सार्थच ठरतोय.''

''असं मात्र म्हणता येणार नाही. तुमच्या हातात आहे त्या रिझल्टवरून ती माधवीची मुलगी नाही एवढंच सिद्ध होतंय. त्यावरून ती जयंतीबेनची मुलगी आहे हे सिद्ध होत नाही. त्यासाठी तुम्हाला जयंतीबेनचं डीएनए पण घ्यावं लागेल. त्याच्याशी हे कितपत जुळतंय ते पाहावं लागेल. शिवाय ती मेली ती मुलगी कोण हेही बघावं लागेल. आमच्या सायन्टिफिक इन्व्हेस्टिगेशनमध्ये केवळ एकतर्फी सकारात्मक किंवा नकारात्मक पुरावा मिळून भागत नाही. दोन्ही प्रकारचे मिळवावे लागतात. काही न्यूट्रल एक्सपरिमेन्टसही करावे लागतात. त्यांचेही रिझल्ट विचारात घ्यावे लागतात. मला वाटतं तुम्ही त्या मेलेल्या मुलीच्या डीएनएचं सॅम्पल मिळवावं.''

परत एकदा कौशिकांची सूचना मान्य करावी की नाही याचा विचार अमृतराव करत होते. पण एकदा त्या वाटेनं जायला सुरुवात केलीच आहे तर मग तिच्या अखेरीपर्यंत जायलाच हवं हे त्यांना समजत होतं. शिवाय मनात कुठं तरी हीही भीती होती की अशा अपूर्ण पुराव्याच्या आधारावर आपण काही डिसिजन घेतला आणि नंतर कौशिकांचंच म्हणणं खरं होतं असं दिसून आलं तर मग अधिकच पंचाईत झाली असती.

मूकपणेच त्यांनी मुकुंद आणि नीराला ते करायला सांगितलं. तेवढ्यात त्यांना शंका आली.

''पण त्या मुलीचं डीएनए मिळवणार कसं? ती तर दोन वर्षांपूर्वीच मेलीय. आणि तिचं क्रिमेशनही झालंय.''

"पण त्यापूर्वी तिची ऑटॉप्सी झाली असणारच ना? त्या वेळी काही टिश्यू सॅम्पल्स घेऊन ठेवलेली असतील. त्यातून मिळेल ना आपल्याला."

"आता दोन वर्षांनंतर?" अविश्वासानं अमृतरावांनी विचारलं.

"उत्खननानंतर काही हजारो वर्षांपूर्वीचे सांगाडे सापडतात. त्यांच्या हाडांमधूनही डीएनए मिळवलंय वैज्ञानिकांनी. पाचसहा वर्षांपूर्वी रशियामध्ये असेच काही सांगाडे मिळाले होते. त्यातून डीएनए मिळवत ते रशियन राजघराण्यातल्या झार, झारिना आणि त्यांच्या तीन राजकन्या यांचेच होते हे सिद्ध केलं गेलं होतं. ते होतं रशियन राज्यक्रांतीच्या वेळचं म्हणजे जवळजवळ नव्वद वर्षांपूर्वीचं. इथं तर आपण दोनच वर्षांची गोष्ट करतो आहोत. शिवाय ही टिश्यू सॅम्पल्स त्या वेळीच घेतली होती. व्यवस्थित प्रिझर्वही केली असणार."

अमृतराव यावर गप्पच बसलेले पाहून मौनम् संमतीलक्षणम् असं समजून मुकुंद आणि नीरा तिथून उठले.

आता नवीन कोणतं त्रांगडं उभं राहणार आहे याची चिंता करत अमृतराव ते नवीन रिझल्ट घेऊन नीरा येण्याची वाट पाहत होते. चक्रव्यूहात शिरलेल्या अभिमन्यूसारखी आपली अवस्था झाली आहे असं त्यांना वाटत होतं. श्रीकृष्णाच्या शिकवणीवरून त्यात कसं शिरायचं हे अभिमन्यूला समजलं होतं. त्याचाच वापर करत तो बेधडक आत शिरला होता. पण मग त्यातून बाहेर कसं पडायचं हे त्याला उमगेना. श्रीकृष्णानं ती शिकवण द्यायचं राहूनच गेलं होतं. आताही कौशिकांच्या सांगण्यावरून आपण ही डीएनए टेस्टची वाट चालायला सुरुवात केलीच आहे. ती कुठं घेऊन जाणार हे काही आपल्याला सांगता येत नाहीय. सध्यातरी भरकटल्यासारखंच वाटतंय. पण त्यातून वाट न चुकता परत योग्य ठिकाणी यायचं तर मग आता पुढची वाटचाल कौशिकांचं बोट धरूनच करायला हवी हेही ते समजून चुकले होते.

या वेळी नीरा आली तीही परत उत्तेजित झाल्यासारखी. तिचा तो उत्फुल्ल चेहरा पाहूनच अमृतरावांनी हाय खाल्ली. कोडं सुटण्याऐवजी अधिकच गूढ झालंय हे ते समजून चुकले होते.

"काय झालंय? ती मुलगी माधवीची होती हेच ना त्या टेस्टमधून दिसून आलंय?" त्यांनी नीराला बसायची सवड न देताच विचारलं.

"नाही सर. त्या मुलीचा डीएनए आणि मोनिकाचा डीएनए तंतोतंत जुळताहेत. म्हणजे त्या दोघी बहिणी, जुळ्या बहिणी असाव्यात असाच निष्कर्ष काढता येतोय. आयडेन्टिकल ट्विन्स नसतील कदाचित पण फ्रॅटर्नल ट्विन्स नक्कीच. आणि त्या दोघींचीही आई माधवी नाही हेही सिद्ध होतंय."

"पण माधवीनं काय किंवा जयंतीबेननं काय, आपल्याला जुळ्या मुली

झाल्या होत्या असं कधीच म्हटलेलं नव्हतं. मग या दोन जुळ्या मुली कोणाच्या? आणि त्यांच्या बर्थ सर्टिफिकेट्सवर जयंतीबेन तसंच माधवी यांची नावं कशी काय?''

''सर, गेल्या वेळी डॉक्टर कौशिक म्हणाले होते त्याप्रमाणं आपण एका वेळी एकच पायरी चढू शकतो. टप्प्याटप्प्यानंच जायला हवं आपल्याला. आतापर्यंत आपल्या हाती आलेल्या पुराव्यानुसार मोनिका आणि अपघातात गेलेली ती मुलगी या जुळ्या बहिणी होत्या हे सिद्ध होतंय. तसंच माधवी ही त्या दोघींपेकी एकीचीही आई नाही हेही सिद्ध होतंय. अजून तरी त्या दोघी किंवा त्यापैकी कोणीतरी एक, जयंतीबेनची मुलगी आहे हे सिद्ध झालेलं नाही. त्याची शहानिशा आपण आधी करायला हवी. त्यानंतरच आपल्याला पुढची वाट सापडेल.''

''हे म्हणजे त्या अमेझिंग रेस या टीव्हीवरच्या रियॅलिटी शोसारखं झालंय. एक टप्पा पार केल्यानंतरच पुढे कुठं आणि कसं जायचं याच्या सूचना त्यात मिळतात. आपणही अशाच एका अनोख्या अमेझिंग रेसमध्ये धावतो आहोत असं वाटायला लागलंय.''

''पण त्या रेसचं अंतिम गंतव्य स्थान कोणतं आहे हे सगळ्यांनाच माहिती असतं. आपल्याला तेही धड माहिती नाही. आपण खरोखरच कुठं पोचणार आहोत. की सरतेशेवटी डेड एंडच आहे हेही समजत नाहीय.''

''डेड एंड? वा, काय उपमा वापरलीस मुकुंद तू?'' विषादपूर्वक अमृतराव म्हणाले. पण आता जंयतीबेनचं डीएनए मिळवायला हवं हे त्यांनाही पटलं होतं.

ते मिळवणं तसं कठीण गेलं नाही. नीरा त्यांना एवढंच म्हणाली,

''ती मोनिका तुमचीच मुलगी आहे असा दावा आहे ना तुमचा?''

''नक्कीच! आहेच मुळी ती तोरल.''

''त्याचीच पडताळणी करायची आहे आम्हाला. तेव्हा तुमच्या डीएनएचं सॅम्पल दिलंत तर त्याची आणि त्या मुलीच्या डीएनएची तुलना करून काय वस्तुस्थिती आहे याचा थांगपत्ता लागू शकेल आम्हाला.''

''मग घ्या ना! पाहिजे तेवढं डीएनए घ्या.'' जणू काही पैशाची थैलीच खुली करून पाहिजे तेवढी संपत्ती घेऊन जा असं सांगावं अशा थाटात जयंतीबेन म्हणाल्या.

आणि तेही रिझल्ट आले तेव्हा परत एकदा कौशिकांना शरण जाण्यावाचून गत्यंतर नाही हे अमृतरावच नव्हे तर मुकुंद आणि नीरा यांनाही पटलं.

''अच्छा असं आहे तर!'' त्या तिघांचे चिंतातुर चेहरे पाहून कौशिक म्हणाले, ''म्हणजे नवीन रिझल्ट आल्यानंतर तुमच्या समोरचं कोडं अधिकच बिकट झालंय.'' आणि एखादं नवीन खेळणं मिळाल्यानं खूश झालेल्या मुलाच्या उत्साहानं

हात एकमेकांवर जोरानं चोळत ते पुढे झाले. आपला पाइपही त्या नादात ते पेटवणार होते. पण नीराच्या चेहऱ्यावरचा भाव पाहून त्यांनी तो परत खिशात ठेवला.

"लेट मी गेट धिस स्ट्रेट. तुम्ही माधवी, मोनिका, ती अपघातात मेलेली मुलगी आणि जयंतीबेन, चौघांचीही डीएनए सॅम्पल्स घेतलीत. आणि त्यापैकी प्रत्येकाचं इतर तिघांशी क्रॉसमॅचिंग करण्याचे प्रयत्न केलेत."

"हो सर, बरोबर."

"मग इथं त्यासाठी एक तक्ता तयार करा आणि प्रत्येक चौकोनात मॅचिंग असल्यास टिक मार्क करा. नसल्यास चूक असल्याचं क्रॉसचं चिन्ह करा."

"इथं काय टिक टॅक टो खेळायला बसणार आहोत का आपण कौशिक?" थोड्याफार चिडक्या सुरात अमृतरावांनी विचारलं.

"वा अमृतराव, आपका भी जवाब नही! खरं आहे, टिक टॅक टोच खेळतो आहोत आपण आणि आपला प्रतिस्पर्धी आहे ही केस. ती आपली परीक्षा घेतेय. हा गेम आपण जिंकणार हे ती आपण कशी खेळी करतो यावर अवलंबून असेल. जराही चूक करता येणार नाही. आता हेच पहा ना, या तक्त्यावरून हे स्पष्ट होतंय की मोनिका आणि ती मेलेली मुलगी या जुळ्या बहिणी होत्या. माधवी यापैकी दोघींचीही आई नाही. उलट जयंतीबेन दोघींचीही आई आहे."

"म्हणजे मग तिचा दावा खरा आहे. मोनिका तिचीच मुलगी आहे. तेव्हा तिला माधवीकडून काढून घेऊन जयंतीबेनला देऊन टाकू या. म्हणजे मग सगळाच प्रश्न सुटला."

"नाही नाही, तशी घाई करून चालणार नाही. तुम्हाला वाटतंय आता की सगळाच प्रश्न तसं केल्यानं सुटेल. पण मग वेगळंच त्रांगडं उभं राहिलं की पळता भुई थोडी होईल. आता हेच पहा ना, मोनिका हीच जयंतीबेनची हरवलेली मुलगी म्हणावी तर मग तिच्या नवऱ्याच्या मोटारीत त्याच्याबरोबर ती दुसरी मुलगी कुठून आली? त्या वेळी कशीबशी त्या अपघातातून बचावून तिची मुलगी बाहेर पडली तर मग त्या वेळी तिला कोणीच कसं पाहिलं नाही? आणि तिथून निघून ती नेमकी माधवीच्या घरी जाऊन कशी राहिली? तिलाच तिनं आपली आई कसं मानलं? आणि तेव्हापासून माधवीकडे असलेली ती मुलगी तोरल असेल तर मग ती मेलेली मुलगी मोनिका होती की काय? तशी असेल तर मग ती हेमंत पारेखच्या मोटारीत कशी काय पोचली? आणि आपल्याला जुळ्या मुली झाल्या होत्या हे तरी जयंतीबेननं सगळ्यांपासून आतापर्यंत लपवून का ठेवलं आहे? अनेक प्रश्न उभे राहतील. त्यांची समाधानकारक उत्तरं मिळाल्याशिवाय आपल्याला घाईघाईनं कोणताही निर्णय घेता येणार नाही."

"मलाही तसंच वाटतंय, सर." मुकुंद म्हणाला, "मोनिका ही आपली मुलगी नाही हे माधवी सहजासहजी मान्य करणार नाही. जन्मापासून ती आपल्याकडे असल्याचा कितीतरी पुरावा तिनं आतापर्यंत आपल्याला दिलेला आहे. त्याच्याकडेही आपल्याला काणाडोळा करता येणार नाही."

"पण मग तिचा आणि माधवीचा डीएनए जुळत का नाही? तिला माधवीनं दत्तक तर घेतलं नसेल?"

"पण मग तिच्याकडे ॲडॉप्शन सर्टिफिकेट असतं, बर्थ सर्टिफिकेट नाही."

"शिवाय तिला असं दत्तक दिलं गेलं असेलच तर ते जयंतीबेननी किंवा तिच्या नवऱ्यानंच दिलेलं असणार. खरंतर अशा वेळी दोन्ही पालकांची संमती लागते. आणि ते जयंतीबेनना माहिती असेल तर मग आता तिच्यावर आपला हक्क सांगता येणार नाही याचीही कल्पना त्यांना असणारच."

"पण समजा जयंतीबेनना जुळ्या मुली झाल्या. आणि जन्मल्याबरोबर त्यातल्या एका मुलीला पळवून तिला माधवीच्या कुशीत ठेवलं गेलं. तर मग तीच आपली मुलगी अशी माधवीचीही समजूत होईल. आणि आपल्याला जुळ्या मुली झाल्या होत्या याचा पत्ताही जयंतीबेनना लागला नसेल."

"ही शक्यता तशी नाकारता नाही येत. पण मग हे फार मोठं कारस्थान असलं पाहिजे. माधवीही त्या वेळीच प्रसूतीसाठी तिथं आलेली असली पाहिजे. तिला झालेलं मूल जन्मल्याक्षणीच दगावलेलं असलं पाहिजे. आणि त्याची कल्पना येण्यापूर्वीच जयंतीबेनच्या एका मुलीला तिच्या कुशीत ठेवलं गेलं असलं पाहिजे. तसं झालं असेल तर मग त्यात त्या हॉस्पिटलमधली नर्स, डॉक्टर, आया सगळेच सामील असले पाहिजेत. त्या सगळ्यांनीच आपापली तोंडं बंद ठेवण्यासाठी त्यांना तसाच चांगला मलिदा मिळाला असला पाहिजे. जयंतीबेननी तो दिला असं एक वेळ कोणी म्हटलं तर ते मान्य करता येईल कदाचित. पण माधवीकडून तसा मलिदा मिळाला असण्याची शक्यता मला तरी फार धूसरच वाटते."

"हे काम पैशासाठीच केलं गेलं असेल असं नाही. समजा त्या वेळी डॉक्टरांच्या किंवा इतर कोणाच्या हलगर्जीपणापायी माधवीचं मूल दगावलं असेल तर मग आपल्या त्या कृत्यावर पांघरूण घालण्यासाठीही असं काही केलं गेलं असेल. आणि त्यात सगळ्यांच्याच माना अडकलेल्या असल्यामुळे सर्वांनीच 'तेरी भी चूप मेरी भी चूप' असा पवित्रा घेतला असेल."

"तीही शक्यता आहे. पण आपण अगदी रिमोट पॉसिबिलिटींचाच विचार करतो आहोत हे आपल्याशीच तरी कबूल करायला हवं. पण तशी शंका आलीच आहे तर त्याचीही शहानिशा करून टाकायला हवी. नाहीतरी या केसनं आता अशी

काही अजब वळणं घेतलेली आहेत की यापाठचं सत्यही असं काहीतरी विलक्षण असलं पाहिजे.''

कौशिकांच्या या म्हणण्यावर सगळेच विचारात गढून गेल्यासारखे स्तब्धच राहिले होते. सगळ्यांचीच मती कुंठित झाली होती. कोणताही मार्ग सापडत नव्हता.

त्या शांततेचा भंग कौशिकांनीच केला.

''एक शक्यता दिसतेय मला.'' कोणाकडेही न पाहता दूरवर शून्यात नजर लावून ते म्हणाले. जणू आपल्याशीच त्यांचा संवाद चालला होता. अमृतरावांना त्यांच्या या आविर्भावाची ओळख होती. जेव्हा काहीतरी एक आगळीवेगळीच कल्पना त्यांना सुचते तेव्हा ते असे ट्रान्समध्ये जातात हे त्यांना माहिती होतं. अशा वेळी त्यांना अजिबात डिस्टर्ब न करता बोलू देणंच योग्य असतं हेही ते जाणून होते. आपल्या ओठांवर तर्जनी ठेवत त्यांनी इतर दोघांना इशारा केला आणि ते ऐकू लागले.

''त्यासाठी मोनिका आणि तोरल यांचा जन्म एकाच हॉस्पिटलमध्ये झाला असला पाहिजे. ते पडताळून पाहता येईल लगेच. म्युनिसिपालिटीच्या ऑफिसमध्ये ते रेकॉर्ड असेल. पण ते एक फर्टिलिटी क्लिनिक असलं पाहिजे.''

''तुम्हाला मॅटर्निटी क्लिनिक म्हणायचंय का कौशिक?'' नकळत कौशिकांच्या समाधीचा भंग करत अमृतरावांनी विचारलं.

''नाही, मला फर्टिलिटी क्लिनिकच म्हणायचंय. ज्या जोडप्यांना लग्न होऊन बरीच वर्षं झाली तरी मूल होत नाही अशांना मदत करण्यासाठी तिथं स्पेशल ट्रीटमेन्ट दिली जाते. टेस्ट ट्युब बेबी टेक्नॉलॉजी, सरोगेट मदर, गॅमीट इन्ट्राफॅलोपियन ट्रान्सफर, एम्ब्र्यो ट्रान्सफर वगैरे निरनिराळ्या टेक्निक्सचा वापर तिथं केला जातो. यालाच असिस्टेड रिप्रॉडक्शन असं म्हणतात. त्याचं स्पेशलाइज्ड ट्रेनिंग घेतलेल्या स्टाफचीच तिथं नेमणूक होत असते. त्या दोन्ही मुलींचा जन्म अशाच एका फर्टिलिटी क्लिनिकमध्ये झालेला आहे की काय याची आधी चौकशी करायला हवी. आणि तसा झालेला असेल तर मग तिथल्या डॉक्टरांबरोबरही काही इंटरेस्टिंग बोलणी करावी लागतील.''

यावर कोणीच काही बोललं नाही. सगळ्यांनाच हे सगळं काहीतरी अरबी भाषेतल्या सुरस आणि चमत्कारिक गोष्टीप्रमाणं वाटत होतं. मात्र कौशिकांनी सांगितल्याप्रमाणं त्या मॅटर्निटी होमचा किंवा फर्टिलिटी क्लिनिकचा छडा लावायला हवा यावर मात्र सर्वांचं एकमत होतं.

जयंतीबेननी तोरलचा जन्म कुठं झाला हे सहज सांगितलं.

''डॉ. मल्होत्राज क्लिनिक. अंधेरी, चार बंगला रस्त्यावर आहे ते.''

"त्या वेळीही तुम्ही इथंच राहत होता ना?"

"हो. पण त्याचा काय संबंध आहे इथं?"

"नाही, इथून इतक्या दूर असलेल्या क्लिनिकमध्ये तुम्ही गेलात म्हणून जरा शंका आली."

"ते खास रेकमेंड केलं गेलं होतं आम्हाला. आमच्याच गायनेकॉलॉजिस्टनं तिथं जायचा सल्ला दिला होता." ही मंडळी आपली हरवलेली मुलगी आपल्याला मिळवून द्यायला मदत करताहेत असं वाटल्यावरून जयंतीबेनचा ॲटिट्युडही बदलला होता. त्या आता सहजगत्या नीरा आणि मुकुंदशी बोलत होत्या. त्यांचा सुरुवातीचा ताठा, आडमुठेपणा नाहीसा झाला होता. "आता तुम्हाला सांगायला हरकत नाही. तोरल ही टेस्ट ट्युब बेबी आहे. लग्न झाल्यानंतर बरीच वर्षं आम्हाला मूल होत नव्हतं. आमच्या डॉक्टरनी हजारो टेस्ट्स केल्या. पण दोघांपैकी एकातही काहीही दोष नसल्याचंच प्रत्येक वेळी दिसून येत होतं. त्यांनी वाट पाहायला सांगितलं. आम्ही तेही केलं. तरीही मूल होण्याचं कोणतंच चिन्ह दिसेना. आमची वयंही वाढत चालली होती. तेव्हा मग आमच्या नेहमीच्या डॉक्टरांनीच या मल्होत्रांकडे जाण्याची सूचना केली. त्यांनीही सर्व टेस्ट्स केल्यावर टेस्ट ट्युब बेबीचा पर्याय आमच्यासमोर ठेवला. मूल आमचंच असणार होतं. हेमंतचे स्पर्म्स आणि माझी एग्ज यांचं त्यांच्या लॅबोरेटरीमध्ये मीलन घडवून आणलं जाणार होतं. आणि त्यातून तयार झालेला गर्भ मग माझ्या पोटात रुजवला जाणार होता. मात्र त्यासाठी काही दिवस त्या क्लिनिकमध्ये ॲडमिट व्हावं लागेल, काही हार्मोन्सची इंजेक्शन्स घ्यावी लागतील, तसंच पहिलाच गर्भ रुजेल, याची खात्री नसल्यामुळे एकाहून अधिक गर्भ तयार करण्यात येतील, हे सगळं त्यांनी सांगितलं."

"मग तुमच्या बाबतीत पहिलाच गर्भ रुजला?"

"हो ना!" इतक्या वर्षांनंतरही तो क्षण आठवून जयंतीबेनचा चेहरा आनंदानं उजळून निघाला होता. "पहिलाच रुजला. त्या आधी इतका वेळ आम्ही वाट पाहिली होती. या वेळी मात्र आम्हाला फार वाट पाहावी लागली नव्हती. त्यानंतर नऊ महिने गेले आणि तोरलचा जन्म झाला."

"म्हणजे आणखी गर्भ तयार करावे लागलेच नाहीत?"

"छे, छे, ते केले गेले होतेच. कारण माझ्या ओव्हरीमधून त्यांनी एकाच वेळी दहा-पंधरा तरी एग्ज काढली होती."

"पण मग ते गर्भ? ते आहेत कुठं?"

"त्यांनी त्या वेळी ते गोठवून ठेवले होते. नंतर काय केलं माहिती नाही. पण बहुतेक तोरलच्या जन्मानंतर ते टाकून दिले असतील. आम्हाला एकच मूल पुरेसं होतं. तसं आम्ही त्यांना सांगितलंही होतं."

"थँक्यू जयंतीबेन. तुम्ही पुष्कळच उपयुक्त माहिती दिली आहे. आता आम्हाला या सगळ्या बाबीचा लवकरच छडा लावता येईल."

"म्हणजे मग तोरलला तुम्ही माझ्याकडे घेऊन येणार आहात? केव्हा?"

"बघू, लवकरच ते करता येईल असं वाटतंय." तसं मोघम गुळमुळीत उत्तर देत मुकुंद आणि नीरानं तिथून काढता पाय घेतला.

"कौशिकांचा होराच खरा ठरला. मला वाटतं आता परत ऑफिसमध्ये जाऊन साहेबांची आणि त्यांची भेट घेण्यापूर्वी माधवीकडे जाऊन तीही या मल्होत्राकडे गेली होती, याची खातरजमा करून घेऊ या."

"बरोबर बोललीस. ते करावं लागणारच आहे. ती खात्री झाली की मग आपल्याला वाटत असलेली शंका योग्य आहे की नाही, याचा निवाडा करता येईल."

जयंतीबेननं त्या दोघांचं तसं चांगलंच स्वागत केलं होतं. माधवी मात्र वैतागलेल्या चेहऱ्यानंच त्यांना सामोरी गेली.

"आता आणखी काय राहिलंय? आता परत यावं लागणार नाही, असं मारे आश्वासन दिलं होतंत गेल्या वेळी? तुम्ही पोलिसही काही त्या पॉलिटिशियन्सपेक्षा कमी नाही. आम्ही खरं सांगावं म्हणून आम्हाला धाकदपटशा दाखवता. तुम्ही खरं बोलावं म्हणून आम्ही काय करू शकतो!"

"खरं बोलू?" आवाजात थोडीफार जरब आणत आणि आपला पवित्रा थोडाफार आक्रमक करत नीरा म्हणाली, "खरं बोलले ना तर तुम्हाला ते पचणार नाही. कित्येक वेळेला खरं काय ते हळूहळूच सांगावं लागतं. आणि त्यासाठी आम्हाला अर्धसत्यच सांगावं लागतं. प्रसंगी खोटंही बोलावं लागतं. आता हेच पहा ना, मोनिका ही टेस्ट ट्युब बेबी आहे हे सत्य सुरुवातीलाच सांगायला गेले असते, तर ते त्याच वेळी पचनी पडलं असतं? ते सहजासहजी कबूल केलं असतंत तुम्ही? किंबहुना आतापर्यंत इतक्या वेळा आम्ही आलो, मोनिका आणि तुम्ही यांच्यासंबंधी इतकी चौकशी केली. पण एकाही वेळी मोनिकाचा जन्म कसा झाला हे सांगितलंत तुम्ही? खरा प्रकार काय आहे याची वाच्यता केलीत तुम्ही?"

हवा गेलेल्या फुग्यासारखी माधवी मटकन खाली बसली. कोणत्याही क्षणी ती ओक्साबोक्शी रडू लागेल असं वाटत होतं. तिला स्वत:लाही त्याची जाणीव झाली असावी. कारण तिनं आपल्या पदराचा बोळा करून तो तोंडात घातला होता. रडू फुटलंच तर त्याचा आवाज इतर कोणालाही ऐकू येऊ नये म्हणून. काही वेळ कोणीच बोललं नाही. नीराला तिची दया येत होती. पण तिचाही नाइलाज झाला होता. तिची कीव करत ती तिच्याकडे पाहत राहिली. माधवीनं बोलायला सुरुवात करावी, हेच तिनं आपल्या मौनातून सुचवलं होतं.

काही वेळ तसाच गेला. माधवीला सावरायला थोडा वेळ द्यायलाच हवा होता. आजूबाजूला पाहत कोणी ऐकत नाही ना याची खात्री करून घेत, मोनिका आसपास नाही हेही बघत तिनं आपल्या तोंडातला पदराचा बोळा काढला आणि हात जोडत कुजबुजल्यासारखं ती म्हणाली,

''प्लीज! इथं नको. हवं तर मी तुमच्याबरोबर पोलीस स्टेशनवर येते. प्लीज, कोणालाही हे सांगू नका. मोनिकालाही याची माहिती नाही. एवढी भीक घाला मला.'' आणि तिनं त्या दोघांसमोर खरोखरच पदर पसरला.

नीराला स्वत:चीच चीड आली. असा आक्रमक पवित्रा घ्यायला नको होता आपण. माधवीला रडू येणंही स्वाभाविक होतं. नाहीतरी पोलिसांची इमेज काही फारशी चांगली नव्हतीच. त्यांनी वरचेवर आपल्या घरी फेरी मारावी हे कोणालाही आवडलं नसतं. पोलिसांच्या त्या फेऱ्यांचा शेजारी-पाजारी कसा आपमतलबी अर्थ लावतात, कानावर पडेल न पडेलसं कसं वेडंवाकडे बोलतात, याची कल्पना होती तिला.

पुढे होऊन माधवीच्या पाठीवर थोपटत तिला धीर देत ती म्हणाली,

''माझी हरकत नाही. पण आता तुम्हाला आमच्या बरोबर घेऊन गेले तर तुमच्या शेजाऱ्या-पाजाऱ्यांना काय वाटेल, त्यांची काय प्रतिक्रिया होईल, याचा विचार करा. तुमच्या भल्यासाठीच मला वाटतं आपण इथंच बोललो, तर बरं होईल.''

''आणि तुम्ही आता जे काही सांगाल ते स्ट्रिक्टली कॉन्फिडेन्शियल राहील, इतर कोणालाही ते आमच्याकडून कळणार नाही, याची ग्वाही मी देतो.'' आपण या पूर्वीही अशी आश्वासनं दिली होती आणि ती मोडली होती, याची जाणीव असूनही मुकुंद म्हणाला.

पण माधवीच्या ते ध्यानातही आलं नव्हतं. तिनं मूकपणेच समजल्यासारखी मान हलवली. पदराच्या शेवानं तोंड पुसलं. नीरानं पुढे केलेलं पाणी ती गटागटा प्यायली आणि काहीतरी निर्धार केल्यासारखा ती सांगू लागली,

''लग्न होऊन पाच-सहा वर्षं झालीतरी माझी कूस उजवत नव्हती. घरची-दारची सगळी घालून-पाडून बोलायची. सहन होण्याच्या पलीकडे जात चाललं होतं सगळं. फक्त मधुकर माझ्यापाठी ठामपणं उभा राहिला. त्यानं सगळ्या टेस्ट्स करून घेतल्या. माझ्याही केल्या. आम्हा दोघांपैकी कोणातही दोष नव्हता. पण हे अगदी जवळच्या नातेवाइकांनाही कुठलं पटायला? आणि नाही म्हटलं तरी आम्हालाही आई-बाप व्हायची ओढ लागली होतीच. शेवटी आमच्या डॉक्टरांच्या सल्ल्यानंच आम्ही त्या मल्होत्रा क्लिनिकमध्ये गेलो. तिथंच टेस्ट ट्युब बेबी म्हणून मोनिका जन्माला आली. माझ्याच पोटी.'' आणि थोड्या वेळानं काहीतरी महत्त्वाचं आठवल्यासारखं घाई-घाईनं म्हणाली, ''पण ती आमचीच

मुलगी आहे. मधुकरपासूनच झालेली. ते मल्होत्राही सांगतील.''

''त्यांनाच विचारू आम्ही आता. पण तुम्ही बाळंतपणासाठी तिथं गेला होतात तेव्हा जयंतीबेन पारेखही तिथं अॅडमिट झाल्या होत्या का? त्यांना तिथं पाहिल्याचं आठवतंय तुम्हाला?''

''कोण जयंतीबेन पारेख? मला तरी काही आठवत नाही. मला वाटतं मी एकटीच होते, त्या वेळी त्या वॉर्डात.''

''नक्की? मोनिका ही आपलीच हरवलेली मुलगी आहे, असं म्हणणाऱ्या त्या बाई? पण अरे हो, तुम्ही दोघी एकमेकींना अजून भेटलेल्याच नाही, नाही का? हरकत नाही. मोनिकाची बर्थ डेट सांगता का? म्हणजे तशी ती त्या बर्थ सर्टिफिकेटवर आहेच. आमच्याकडे त्याची कॉपीही आहे. पण तुम्ही पटकन सांगू शकाल.''

''१० ऑक्टोबर, १९९७.''

''थँक्यू!''

''अजूनही ही बाई खोटं बोलत असेल असं मला वाटत नाही, मुकुंद.'' तिथून बाहेर पडताच नीरा म्हणाली.

''माझंही तेच मत आहे. म्हणजे कौशिक म्हणाले तसा काही प्रकार झालेलाच असेल तर त्यात या बाईचा हात असेल, असं मला वाटत नाही. मोनिका ही आपलीच मुलगी आहे हे तिला मनापासून वाटतंय. ती आपल्याच पोटची आहे हे तिनं ठामपणं सांगितलं.''

''आणि जयंतीबेनही खोटं बोललेल्या नाहीत. विशेषतः मोनिका आणि तोरल, ती दुसरी मुलगी तोरल होती, असं आता मानायला काहीच हरकत नाही, दोघींनाही त्यांनी जन्म दिलाय याचा साग्रसंगीत पुरावाही आपल्या हाती लागलेला आहे. त्यांना खोटं बोलायची गरजच नाही. मात्र आपल्याला एकच मुलगी झाली होती, असंच समजत आल्यात त्या. आपल्याला जुळं झालं होतं, याची त्यांना अजूनही कल्पना नाही.''

''म्हणजे आता आपल्याला त्या मल्होत्रालाच गाठला पाहिजे. या साऱ्या गौडबंगालाचं मूळ त्या मल्होत्रापाशीच आहे यात शंका नाही. त्यांनीच हा सगळा गोंधळ निर्माण करून ठेवला असला पाहिजे. आताच सरळ जाऊन त्याला जाब विचारायला हवा.''

''पण त्यापूर्वी तोरलचा जन्मही १० ऑक्टोबर, १९९७लाच झाला होता, हे कन्फर्म करायला हवं आपल्याला. ते झालं की मग मल्होत्राची खैर नाही. त्याच्या सुटकेचे सारे मार्ग मग बंद झालेले असतील. आणि तो बऱ्या बोलानं कबूल झाला नाहीतर त्या वेळची कोणीतरी नर्स, आया सापडतील.

त्यांच्यापासून सुरुवात करता येईल.''

''पण तिचं बर्थ सर्टिफिकेट तर आपण अजून जयंतीबेनकडून घेतलेलंच नाही. इतक्या वेळा त्यांच्याकडेही गेलो असू. पण राहूनच गेलं.''

''काही हरकत नाही, नाहीतरी ते खरं आहे का खोटं, हे तपासण्यासाठी आपण म्युनिसिपल ऑफिसात गेलोच असतो. तेव्हा सरळ तिथंच जाऊ या ना!''

''चांगली कल्पना आहे, चल!''

पण म्युनिसिपल ऑफिसात त्यांची निराशाच झाली. १० ऑक्टोबरला कोणाही तोरल पारेखचा जन्म झाला नव्हता. कोणाही जयंतीबेन पारेखनं मुलाला जन्म दिला नव्हता. ९ तारखेलाही नव्हता.

नीरा आणि मुकुंद चक्रावूनच गेले. त्यांनी आणि कौशिकांनीही जमवून आणलेली, विटे-विटेनं बांधलेली सगळी तर्काची इमारत, एका फटक्यात कोसळून पडली होती. जर १० ऑक्टोबरला जयंतीबेन बाळंत झालेल्या नसतील, तर मग त्यांची मुलगी माधवीच्या कुशीत ठेवण्याचा प्रश्नच येत नव्हता. म्हणजे मग या कोड्याचं उत्तर दुसरंच काहीतरी असलं पाहिजे. पुनश्च हरी ओम करावं लागणार होतं. गुंता सुटण्याऐवजी अधिकच बिकट झाला होता.

तिथून दोघंही जड पावलांनी निघाले. अमृतरावांची यावर काय प्रतिक्रिया होईल याचा अंदाज दोघांनाही होता.

दाराशी पोचताच मात्र मुकुंद थबकला.

''काय झालं?'' नीरानं विचारलं.

''जयंतीबेन १० ऑक्टोबरला नसतील बाळंत झाल्या. तरीही त्या केव्हा बाळंत झाल्या हे तर पाहू या, इथं आलोच आहोत तर. त्या माहितीचाही कदाचित काही उपयोग होईल.''

नीराला काही ते फारसं पटलेलं नव्हतं. पण तशी तिची काही हरकतही नव्हती. उलटं फिरत त्या क्लार्कला गाठत त्यांनी रेकॉर्ड्स तपासायला सुरुवात केली. १० ऑक्टोबरपासून मागे जात दरदिवसाची रेकॉर्ड त्यांना एकेक करून तपासावी लागत होती. मुंबईत एका दिवशी किती मुलं जन्माला येतात, याची साधारण कल्पना होती त्यांना. तरीही आता त्याचं प्रत्यक्ष रेकॉर्ड पाहता त्यांना भंडावून गेल्यासारखं वाटत होतं.

तब्बल दोन तासांच्या खटपटीनंतर त्यांना हवी ती नोंद सापडली. ३ ऑगस्टला जयंतीबेन पारेख बाळंत होऊन त्यांना मुलगी झाली होती. मुलीच्या वडिलांचं नाव हेमंत पारेख होतं. आणि त्या मुलीचं नाव तोरल, असं ठेवलं गेलं होतं.

''तीन ऑगस्ट. म्हणजे माधवी बाळंत होण्यापूर्वी दोन महिन्यांहूनही

अधिक काळ!'' स्वत:शीच पण मोठ्यानं नीरा म्हणाली.

''म्हणजे मग जयंतीबेनची दुसरी मुलगी माधवीच्या कुशीत ठेवली गेली, हे आता शक्य वाटत नाहीय. आपल्याला झालेली मुलगी काही मिनिटांची नसून चक्क दोन महिन्यांची आहे, हे पहिलटकरणीलाही कळण्यासारखं आहे. इतरांनाही त्याची ओळख पटली असती.''

''आता मल्होत्राला तरी कसला जाब विचारणार आहोत आपण?''

''पण मग डीएनए रिझल्ट्सची संगती कशी लावायची? मोनिका ही जयंतीबेनची मुलगी आहे, हे तर स्पष्टच आहे.''

''काहीच कळेनासं झालंय. मला वाटतं या साऱ्या तिढ्याचा उलगडा केला तर कौशिकच करू शकतील.''

अमृतराव हताश होऊनच बसले होते. या केसची उकल कधीकाळी होईल, ही आशाच त्यांनी सोडून दिली होती. त्यांना कमिशनरांकडून आणि कमिशनरांना गृहमंत्र्यांकडून रोजच्या रोज विचारणा होत होती. एवढी साधी केस सोडवता येत नाही म्हणून गृहमंत्री चिडल्यासारखे झाले होते. त्यांना तोंड देता आणि थोपवून धरता-धरता अमृतरावांना कसरत करावी लागत होती. त्यातल्या त्यात एकच चांगली गोष्ट म्हणजे मुलं पळवण्याची एकही घटना दरम्यानच्या काळात घडलेली नव्हती. त्यामुळे मीडियावाले आणि नागरिक दोघंही स्वस्थ होते. त्यांचं लक्ष दुसऱ्याच कोणत्यातरी ब्रेकिंग न्यूजनं वेधून घेतलेलं होतं. कोणा एका नटाच्या की नटीच्या की दोघांच्याही लग्नाची काहीतरी धामधूम चालली होती. तिच्याकडे सगळे डोळे लावून बसले होते. ही नटमंडळी नुसत्याच भानगडी करण्याऐवजी वरचेवर लग्नं करत राहतील, तर किती बरं होईल, असा काहीसा विचार त्यांच्या मनात येत होता.

कौशिक आल्यावर त्यांना जरासं हायसं वाटल्यासारखं झालं. पण पुढच्याच क्षणी त्यांना याच कौशिकांच्या सांगण्यापोटी ही सारी गुंतागुंत उभी राहिली होती याचीही आठवण झाली. आताही ते नव्या कोणत्या घोटाळ्याची सुरुवात करून ठेवणार आहेत, अशी भीतीही त्यांना वाटत होती.

नव्यानं पुढे आलेली माहिती कौशिकांनाही अनपेक्षित असावी. कारण ती ऐकताच नेहमीप्रमाणं त्यांचा चेहरा उजळून आला नाही. कपाळावर किंचितशी आठी उमटल्यासारखीही झाली.

''म्हणजे जयंतीबेनचं मूल पळवून माधवीच्या कुशीत ठेवलं गेलं, ही आपली थेअरी सपशेल कोसळून पडली तर!'' ते त्यांनी स्वत:च मान्य केल्याचं ऐकून अमृतरावांच्या तोंडून त्यांच्या नकळत एक दीर्घ सुस्कारा बाहेर पडला. पण तो

कौशिकांच्या कानावर गेलाच असला तरी त्यांनी तसं दाखवलं मात्र नाही. ते आपल्या विचारातच गुंतून राहिले.

"आता त्या मल्होत्राला आपल्याला जाब विचारता नाही यायचा सर?"

"का नाही?"

कौशिकांची ही प्रतिक्रिया मुकुंद, नीरा आणि अमृतराव तिघांनाही अपेक्षित नव्हती. ते अवाक होऊन त्यांच्याकडे पाहतच राहिले.

"का नाही विचारता येणार? त्याच्या त्या क्लिनिकमध्येच या साऱ्या घोटाळ्याचं मूळ दडलेलं आहे. ते एक साधंसुधं मॅटर्निटी होम नाही, हे तुम्ही विसरताय. ऑर्डिनरी मॅटर्निटी होमचा कन्सेप्शनमध्ये म्हणजे स्त्रीच्या बीजाचं फलन होण्यामध्ये कोणताही सहभाग नसतो. ते बीज फलित होऊन गर्भांकुर रुजलाय याची खात्री पटली की मग त्या अंकुराला व्यवस्थित जोपासणं, त्यातून निर्माण झालेल्या गर्भाची वाढ आणि विकास व्यवस्थित होतो आहे यावर लक्ष ठेवणं, तसा तो होत नसेल तर वेळीच उपाय योजून गर्भ निरोगी, अव्यंग आणि सुदृढ राहील याची व्यवस्था करणं आणि वेळ आली की त्या गर्भाचा या जगातला प्रवेश निर्वेध आणि सुरळीत होईल याचीही व्यवस्था करणं एवढंच त्या मॅटर्निटी होमचं काम असतं. पण मल्होत्रा फर्टिलिटी क्लिनिक चालवतो. त्याचं काम कन्सेप्शनच्या आधीपासूनच सुरू होतं. स्त्रीच्या बीजाचं फलन व्यवस्थित होईल आणि त्यातून गर्भांकुराचा उगम होईल याची व्यवस्था करण्यापासून त्याचं काम सुरू होतं. म्हणूनच तर मोनिकाचा जन्म माधवीच्या पोटी होऊनही माधवीचे जीन्स मोनिकाच्या अंगी का उतरले नाहीत, याचे उत्तर मल्होत्राला द्यावेच लागेल. कारण कोणाचे जीन्स मुलाच्या अंगी रुजवायचे हे त्यानं केलेल्या प्रक्रियेवरच अवलंबून असतं. टेस्ट ट्युब बेबी असली तरी तिचे माता-पिता कोण असतील, हे ती ट्युब हातात धरून त्यातल्या जैविक प्रक्रिया करणाऱ्यावरच अवलंबून असतं. काही वेळा एखाद्या स्त्रीचा पती बाप बनण्यास सक्षम नसतो. त्याच्या शरीरात पुरेशी पुरुषबीजं तयार होत नाहीत किंवा जी होतात ती निरोगी नसतात. अशा वेळी त्याच्या संमतीनं आणि अर्थात त्या स्त्रीच्या संमतीनंही दुसऱ्याच कोणातरी पुरुषानं दान केलेल्या बीजाचा वापर करून गर्भधारणा करण्यात येते. त्या दात्याचं नाव गुप्त ठेवलं जातं. तो अज्ञातच राहतो. तेव्हा मोनिका आणि माधवी यांच्या डीएनएमध्ये अशी तफावत का, याचं उत्तर मल्होत्रालाच द्यावं लागणार आहे. त्याच्याशिवाय ते कोण देणार?"

"पण सर आता तुम्ही म्हणालात त्याप्रमाणं कोणा दात्याचं बीज उसनं घेतलं गेलं असेल तर?"

"तरी काहीही फरक पडता नये. तसं असल्यास मधुकरच्या आणि

मोनिकाच्या डीएनएमध्ये काहीही साम्य आढळलं नसतं. मधुकर मोनिकाचे बीजदाते वडील नसते. पण आई माधवीच राहिली असती. शिवाय आपण मायटोकॉन्ड्रियल डीएनएचीही चाचणी घेतली होती. ते डीएनए तर सर्वस्वी आईकडूनच मिळतं. पण तिथंही नन्नाचाच पाढा वाचला गेला होता. जर माधवीतच निरोगी बीज निर्माण करण्याची क्षमता नसती, तर मग तिच्याऐवजी दुसऱ्या कोणातरी दात्या स्त्रीचं बीज घेऊन तिच्या पोटी गर्भ रुजवला असता. त्या परिस्थितीतच आज जे रिझल्ट आपल्यासमोर आहेत तसे आले असते. पण माधवीनं तर तिच्यात किंवा तिच्या नवऱ्यात दोघांपैकी कोणातही दोष नव्हता असंच सांगितलेलं आहे. तेव्हा ती शक्यता सध्या तरी आपल्यापुढे नाही. आणि तसं जरी असतं तरी मग नेमकं जयंतीबेनचंच बीज कसं वापरलं गेलं हेही पाहायला हवं. शिवाय त्या परिस्थितीतही बीज जयंतीबेनंच पण पुरुषबीज मधुकरचं अशीच स्थिती असती. आणि मग मोनिका आणि तोरल यांचे डीएनए इतके जुळ्या बहिणींसारखे तंतोतंत जुळले नसते. कोणत्याही इतर भावंडांच्या डीएनए इतपतच त्यांची जुळणी झाली असती. तसं झालेलं नाही.''

''तर मग आता –?'' अमृतरावांनी विचारलं.

''आता मल्होत्रा. खरंतर त्याला इथं घेऊन यायला माझी काही हरकत नाही. पण मला वाटतं, त्याच्या त्या क्लिनिकमध्येच त्याची भेट घेतली तर तिथली परिस्थिती काय आहे, तिथली स्वच्छता, टापटीप, काम करण्याची पद्धत, रेकॉर्ड्स ठेवण्याची पद्धत, गोठवलेल्या पण न वापरल्या गेलेल्या गर्भांची कशी विल्हेवाट लावली जाते वगैरेचीही पाहणी करता येईल. त्या माहितीचीही कदाचित उद्या गरज लागली तर तीही मिळवून ठेवलेली बरी. काय?''

कौशिकांचा युक्तिवादच इतका तर्कसंगत आणि जबरदस्त होता की त्यांच्या त्या प्रश्नाला होकारार्थी उत्तर देण्यावाचून दुसरा पर्यायच त्या तिघांपैकी कोणाला सुचला नाही.

''तर मग डॉ. मल्होत्रा, केव्हापासून हे क्लिनिक चालवताय तुम्ही?''

''गेली पंधरा वर्षं.''

''म्हणजे आजवर साधारणपणे हजार एक पेशंट्सना तुम्ही असिस्टेड रिप्रॉडक्शन टेक्नॉलॉजीचा फायदा करून दिला आहे, असं म्हणता येईल.''

''येस सर, गिव्ह ऑर टेक ए फ्यू!''

''आणि या सगळ्यांना संपूर्ण समाधानकारक सेवा देण्यात तुम्ही यशस्वी झाला आहात असं म्हणता येईल तुम्हाला?''

''येस, माझ्याकडून मी नेहमीच पराकाष्ठा करत आलोय. आमच्या सगळ्या

फॅसिलिटीज तर तुम्ही पाहिल्याच आहेत. त्या अगदी अप टू डेट आहेत, आयएसओ-३०००चं सर्टिफिकेट आम्ही मिळवलं आहे. तुम्ही हे सर्व पाहिलंच आहे.''

''हो, पाहिलंय ना. तुम्ही सगळी रेकॉर्ड्सही टापटिपीनं ठेवत असाल. प्रत्येक फर्टिलाइस्ड एगची, त्यापासून तयार झालेल्या एम्ब्रोची म्हणजेच गर्भांकुराची सर्व माहिती तुम्ही व्यवस्थित नोंदवून ठेवत असाल.''

''अर्थात. कोणता एम्ब्रो केव्हा तयार झाला, त्याचा काय उपयोग केला गेला, कोणता गर्भाशयात व्यवस्थितरीत्या रुजवला गेला, सगळ्या सगळ्याची नोंद आम्ही ठेवलेली आहे.''

''छान, मग तर आमचं काम चांगलंच सोपं करून टाकलं आहे तुम्ही.''

त्यावर मल्होत्रा काहीच बोलले नाहीत. या सर्वांचा रोख कोणत्या दिशेनं आहे याचाच पत्ता त्यांना लागत नव्हता. अजून तरी तसे अडचणीत टाकणारे कोणतेही प्रश्न त्यांना विचारण्यात आले नव्हते. तरीही तीन वरिष्ठ पोलीस अधिकारी आणि त्यांच्याबरोबर पाइप शिलगावणारा तो गृहस्थ अशा चौघांचं हाय लेव्हल शिष्टमंडळ त्यांच्या क्लिनिकमध्ये आल्यापासून ते अस्वस्थ झाले होते. भूकंपाची आगाऊ सूचना मिळाल्यानं कित्येक जनावरं अशाच प्रकारे अस्वस्थ होत असल्याचं त्यांनी नुकतंच कुठंतरी वाचलं होतं.

अकस्मात आपल्या तोंडातला पाइप हातात घेत त्यांच्यावर रोखत शांत पण धारदार सुरात कौशिकांनी विचारलं,

''१९९६ सालच्या डिसेंबर महिन्यातल्या नोंदी तुमच्याकडे असतीलच. डिसेंबर किंवा त्याच्या मागच्या-पुढच्या.''

कौशिकांचा तो आविर्भाव परिचयाचा असूनही अजूनही अमृतरावांना दचकायला होत असे. मल्होत्राचं तर अवसानच गळाल्यासारखं झालं. दोन क्षण त्याला काही बोलताच येईना. त्यानंतर कसाबसा तो असतील, बघतो असं पुटपुटला.

थोड्या वेळानं सावरल्यावर त्यानं आपला कम्प्युटर उघडून त्यातल्या त्या महिन्याच्या नोंदींच पान उघडलं. आणि कौशिकांकडे वळून ते पुढे काय विचारतात याची वाट पाहत राहिला. नीरा आणि मुकुंद यांनी त्याच्या दोन्ही बाजूंनी डोकावत स्क्रीनवरच्या त्या नोंदी बघायला सुरुवात केली. पण त्यात फक्त काही आकडेच होते.

''हे कसले आकडे आहेत?'' नीरानं विचारलं.

''आमच्याकडच्या प्रत्येक पेशंटला आम्ही एक आयडी नंबर देत असतो. त्या पेशंटचे काही गर्भांकुर रुजले तर त्यांनाही असेच नंबर असतात. त्यामुळे प्रत्येकाची युनिक आयडेन्टिटी तयार होते. काही घोटाळा होत नाही.''

"काही घोटाळा होत नाही, बरं! मग जयंतीबेन पारेख तुमच्या क्लिनिकमध्ये केव्हा दाखल झाल्या होत्या हे सांगू शकाल तुम्ही?"

"हो सर. हे पहा, १८ ऑक्टोबर, १९९६. डिसेंबर नाही."

"त्या कशासाठी तुमच्याकडे ॲडमिट झाल्या होत्या?"

ती माहिती तुम्हाला देता येणार नाही, हा डॉक्टर-पेशंट कॉन्फिडेन्शियॅलिटीचा प्रश्न आहे असं सांगण्याचा विचार मल्होत्राच्या मनात येताक्षणीच तो विरूनही गेला. आपण जर तसा दावा केला तर आपण केवळ टंगळमंगळ करतो आहोत, असं समजून याहूनही कडक कारवाई केली जाईल, काही झालं तरी तीन तीन सीनियर पोलीस ऑफिसर्स आलेले आहेत हे त्याला विसरू म्हणता विसरता येत नव्हतं.

"इतर पेशंट्स ज्यासाठी येतात त्याचसाठी. असिस्टेड रिप्रॉडक्शनसाठी."

"म्हणजे?"

"नैसर्गिकरीत्या गर्भधारणा होण्यात ज्या जोडप्यांना काही अडचण निर्माण होते, त्यांना आम्ही या तंत्रज्ञानानं मदत करतो. त्यांच्या पोटी गर्भांकुर रुजेल, अशी व्यवस्था करतो."

"हा गर्भांकुर कोणाचा असतो?"

"नव्वद टक्के जोडप्यांमध्ये त्यांचा स्वतःचाच असतो. त्यांच्या शरीरात नैसर्गिकरीत्या तो तयार होण्यात काही अडचणी आलेल्या असतात. एरवी ही सारी मंडळी प्रजननक्षम म्हणजे मूल जन्माला घालण्याच्या बाबतीत सक्षम असतात. तेव्हा मग त्याच जोडप्याच्या बीजांचं मीलन घडवून आणून आम्ही गर्भांकुर उगवण्यास मदत करतो."

"म्हणजे नेमकं काय करता?"

"त्या स्त्रीच्या अंडाशयांमधून तिची बीजं काढून घेतो तसंच पुरुषाचं वीर्यही गोळा करतो आणि त्यांचं प्रयोगशाळेत काचेच्या भांड्यात मीलन घडवून आणतो."

"पुरुषाच्या वीर्यात सहस्त्रावधी बीजं, स्पर्म्स असतात. पण स्त्रीचं एकच बीज एका वेळी परिपक्व होऊन बाहेर पडत असतं. तुम्ही तर म्हणालात की, स्त्रीचीही बीजं –"

"हो, बरोबर! पुरुषाचं वीर्य काढून घेण्यासाठी आम्हाला शस्त्रक्रिया करावी लागत नाही. पण स्त्रीच्या बीजासाठी तिच्यावर छोटीशी शस्त्रक्रिया करावी लागते. वरचेवर तिला त्याचा त्रास होऊ नये म्हणून तिला काही हार्मोन्सची इंजेक्शन्स देऊन एका वेळी अनेक बीजं आम्ही मिळवतो."

"अनेक? म्हणजे नेमकी किती?"

''पंधरा-वीस तरी....''

''अच्छा! आणि त्या सगळ्यांचं फलन घडवून आणता?''

''हो. एकाच वेळी त्या सगळ्यांचंच पुरुषाच्या वीर्याशी मीलन घडवून आणतो.''

''याचाच अर्थ असा की, एका वेळी पंधरा-वीस गर्भांकुर तयार होत असतील.''

''सगळ्याच बीजांचं फलन होत नाही.''

''तरीही आठ-दहा तर असतील?''

''असतील.''

''सर्वांचंच मग स्त्रीच्या गर्भाशयात रोपण केलं जातं?''

''नाही. एका वेळी एकच. हे रोपण यशस्वी होण्याचं प्रमाण शंभर टक्के कधीच नसतं. सुरुवाती सुरुवातीला तर ते अगदीच कमी होतं. आता हे तंत्रज्ञान चांगलंच विकसित झालं असल्यानं ते प्रमाणही वाढलंय. तरीही शंभर टक्के नाही. त्यामुळे पहिला प्रयत्न फसला तर मग दुसरा, तिसरा असं धोरण आम्ही आखतो.''

''पण तोवर त्या गर्भांकुरांची वाढ होत असणार!''

''ती थोपवून तर धरायचीच पण ते सक्षम म्हणजेच जिवंतही ठेवायचे म्हणून त्यांना गोठवून ठेवतो. शून्याखाली १९६ अंश तापमानाला.''

''जयंती आणि हेमंत पारेख यांच्याबाबतीत असे किती गर्भांकुर तयार झाले होते?''

''तेरा!'' स्क्रीनवरची नोंद पाहत मल्होत्रा म्हणाले. ''९६११२३ ए ते एम.''

''त्यातला पहिलाच रुजला?''

''हो. पहिलाच रुजला. हे काय, ही नोंद स्पष्ट आहे. ९६११२३ ए हा गर्भांकुर रुजला.''

''मग बाकीचे तुम्ही टाकून दिलेत.''

''नाही. एखादा गर्भांकुर रुजला तरी त्याची पूर्ण वाढ आणि विकास होत मूल जन्माला येईपर्यंत तरी आम्ही ते गर्भांकुर तसेच गोठवून ठेवतो. त्यानंतरही म्हणजे ते तयार झाल्यापासून साधारण वर्ष-दीड वर्ष आम्ही ते तसेच ठेवतो. बाई बाळंत होईपर्यंत कोणती कॉम्प्लिकेशन्स होतील, हे काही सांगता येत नाही.''

''म्हणजे मग त्यानंतर म्हणजेच साधारण डिसेंबर, १९९६मध्ये जेव्हा माधवी वाटवे यांना तुम्ही हीच ट्रीटमेन्ट दिलीत, तेव्हाही हे जयंतीबेनचे गर्भ तुमच्याकडे तसेच गोठवून ठेवलेले होते?''

परत एकदा मल्होत्रानं आपल्या कम्प्युटरकडे नजर वळवली. की बोर्डवरच्या

कळी दाबून त्यानं माधवी वाटवेची फाइल उघडली.

आणि ती वाचत तो म्हणाला, "माधवी आणि मधुकर वाटवे. राइट. त्या पहिल्यांदा नोव्हेंबर, १९९६मध्येच आमच्याकडे आल्या. त्यांच्या गर्भांकुरांचा उगमही त्याच महिन्यात केला गेला. पण त्यांना गर्भधारणा मात्र जानेवारी, १९९७मध्ये झाली."

"कारण त्यांच्या बाबतीत पहिलाच गर्भांकुर रुजला नाही असंच ना?"

"अगदी बरोबर. त्यांच्या बाबतीत एकूण चार प्रयत्न करावे लागले. चौथ्या प्रयत्नात म्हणजे १७ जानेवारी, १९९७ला केलेल्या प्रयत्नात त्यांना गर्भधारणा झाली."

"म्हणजे त्या वेळीही जयंती पारेखचे गर्भांकुर गोठवून ठेवलेले होते. त्यांची विल्हेवाट लावलेली नव्हती?"

"हो! त्या वेळी जयंती पारेख तीन महिन्यांच्या गर्भवती होत्या. म्हणजे त्यांचे गर्भांकुर निश्चितच व्यवस्थित ठेवले गेलेले होते."

"आणि माधवी वाटवे यांचेही?"

"ऑफ कोर्स! त्या शिवाय त्यांना गर्भधारणा कशी करता आली?"

"तेच तर विचारायचं आहे. कारण त्यांचाच गर्भांकुर त्यांच्या गर्भाशयात रुजवला गेला असता, तर त्यापासून जन्माला आलेल्या मुलाचे आणि त्यांचे जीन्स यांच्यात साम्य दिसलं असतं, हो ना?"

मल्होत्रा गडबडले. आतापर्यंत एखाद्या कॉलेजमध्ये ट्युटोरियल घेतल्यासारखीच सारी प्रश्नोत्तरं चालली होती. या असिस्टेड रिप्रॉडक्शन टेक्नॉलॉजीची सविस्तर माहिती करून द्यावी, तशीच साधी चौकशी चालली होती. पण प्रकरण काहीतरी वेगळंच असल्याची, आता ते कोणतंतरी धोकादायक वळण घेण्याच्या टप्प्याला येऊन पोचल्याची जाणीव त्यांना प्रथमच झाली. त्याच्या मानेवर प्रथमच काही घर्मबिंदू उमटले. एसी बंद तर पडला नाही अशी शंका त्यांना आली.

"निश्चितच!" हा प्रश्न विचारण्याची गरजच नाही, असं दाखवण्याचा केविलवाणा प्रयत्न करत मल्होत्रा पुटपुटले.

"तर मग मोनिका मधुकर वाटवे म्हणजे माधवी वाटवे यांच्या पोटी १० ऑक्टोबर, १९९७ रोजी जन्माला आलेली मुलगी हिचं डीएनए आणि माधवी वाटवे हिचं डीएनए यांच्यात काहीच साम्य कसं नाही?"

"कोण म्हणतं असं?" उसना आव आणत मल्होत्रांनी विचारलं.

"सीडीएफडी! सरकारमान्य नॅशनल लॅबोरेटरी! नाव ऐकलंच असेल तुम्ही!"

या वेळी मल्होत्रा काहीच बोलले नाहीत. त्या प्रश्नाचं उत्तर ते देऊच शकत नव्हते. किंबहुना तो प्रश्न ते स्वत:लाच विचारत होते.

"मघाशी तुम्ही म्हणालात डॉ. मल्होत्रा की जयंतीबेनच्या पोटी त्यांचा

पहिलाच गर्भ म्हणजे काय नंबर सांगितलात तुम्ही –?''

''९६११२३ ए!''

''बरोबर. म्हणजेच कोणत्या गर्भांकुराचं रोपण केलं गेलं आणि कोणता रुजला याचीही नोंद तुमच्याकडे आहे.''

''आहे तर.'' परत एकदा धीर येत अभिमानानं मल्होत्रा म्हणाले.

''तर मग माधवी वाटवेच्या पोटी कोणता गर्भांकुर रुजला हे सांगू शकाल तुम्ही.''

''सांगतो ना!'' परत आपल्या कॉम्प्युटरवरच्या नोंदींकडे वळत मल्होत्रा म्हणाले, आणि ती नोंद सापडताच स्क्रीनवर आपलं बोट नाचवत ते म्हणाले, ''हे काय, ९६११२३ डी म्हणजेच चौथा गर्भांकुर रुजला.''

''परत वाचा तो नंबर!''

''९६११२३ डी!''

''पण हा तर जयंती पारेखचा गर्भांकुर आहे. त्यांच्या गर्भांकुरांचे जे नंबर मघाशी तुम्ही वाचून दाखवलेत त्यांच्याशी जुळता आहे.'' नीरा म्हणाली.

''असं कसं शक्य आहे?'' गडबडून मल्होत्रा म्हणाले. कॉम्प्युटरवरच्या नोंदी परत चाळत त्यांनी सांगितलं. ''हे काय माधवी वाटवेचे गर्भांकुरही नोव्हेंबर महिन्यातच तयार झाले होते. एकूण दहा. ९६११३२ ए ते जे. त्यातला पहिले तीन रुजले नाहीत. ए ते सी. पण चौथा म्हणजे डी –'' आणि मल्होत्रा बोलायचा थांबला. गप्पच झाला. परत-परत तो त्या दोन फायली आलटून-पालटून पाहत राहिला. त्याच्या चेहऱ्याची सारी रया आता गेली होती. आपल्या शर्टाच्या बाह्यांनी आपल्या कपाळावरचा ओघळणारा घाम तो जोरजोरानं पुसू पाहत होता.

त्याला थोडा वेळ तसाच ताटकळत ठेवत कौशिकांनी विचारलं.

''काय झालं डॉ. मल्होत्रा? एनी प्रॉब्लेम?''

''हे कसं झालं हे कळत नाहीय मला. माधवी वाटवेचे पहिले तीन गर्भांकुर रुजले नाहीत. ए ते सी. पण डी चौथा –''

''– रुजला ना?''

''नाही. त्याचा वापरच केला गेला नाही. निदान ही नोंद तरी तेच दाखवतेय.''

''तरीही माधवी वाटवे गर्भवती झाल्या आणि त्यांना मुलगीही झाली.''

''येस! येस! नो! नो! पण, म्हणजे –'' काय सांगावं, कसं सांगावं मल्होत्रांना काहीच सुचेना.

आणि मग एकदम कसला तरी शोध लागल्यासारखे उत्तेजित होत ते म्हणाले.

''आता सगळं समजलं. म्हणजे काय झालंय बघा सर. जयंती पारेखच्या

गर्भांकुरांचे नंबर आहेत ९६११२३ ए ते एम आणि माधवी वाटवेच्या गर्भांकुरांचे नंबर आहेत ९६११३२ ए ते जे. २३ आणि ३२ यांच्यात घोटाळा झाल्यामुळे चौथ्या प्रयत्नांमध्ये माधवी वाटवेच्या गर्भाशयात जयंती पारेखच्या गर्भांकुराचं रोपण केलं गेलं. साधा नंबरांचा घोटाळा आहे हा!''

''नंबरांचा घोटाळा?'' आपल्या आवाजात नेहमीची पोलिसी जरब आणत इतका वेळ नुसतंच श्रवण करत बसलेले अमृतराव म्हणाले. ''लोकांच्या आयुष्याशी खेळ केलाय तुम्ही या घोटाळ्यानं. मूल जन्माला घालणं म्हणजे एखाद्या फॅक्टरीत एखाद्या निर्जीव मालाचं उत्पादन करणं आहे असं वाटलं की काय तुम्हाला. तिथंही हपापाचा माल गपापाला पोचला की काय वादळ उठतं, याची कल्पना असेलच तुम्हाला. इथं तर प्रत्यक्ष जीवांचा मामला आहे. जयंती पारेख आणि माधवी वाटवे यांच्या आयुष्यात तुम्ही कसली वादळं उठवली आहेत याची कल्पना आहे तुम्हाला? आणि हा केवळ नंबरांचा घोटाळा आहे असं म्हणत खाका वर करताय तुम्ही?''

''घोटाळा झाला की केला गेला हे तरी कुठं स्पष्ट झालंय अजून?'' कौशिकांनी आता तोफ डागायला सुरुवात केली. ''आयते गोठवलेले गर्भ मिळतात. त्यांचा वापर करून यांची नेहमीची फी देण्याची ऐपत नसणाऱ्या इतरांच्या पोटी त्यांची रुजवात कशावरून केली जात नसेल? त्या गर्भांकुरांचा असा व्यापार कशावरून होत नसेल? एक रुजवला काय आणि अनेक रुजवले काय! नाहीतरी असे कितीतरी गोठवलेले गर्भ उरतच असणार. त्यांची नुसतीच विल्हेवाट लावण्याऐवजी त्यांच्यापासून आणखी पैसा का मिळवू नये? काय मल्होत्रा?''

या वेळी कौशिकांनी आपल्याला डॉक्टर असं संबोधलेलं नाही, हे लक्षात येण्यासारखी मल्होत्रांची मनःस्थितीच नव्हती. ते थरथर कापू लागले होते. आता आपल्यावर काय परिस्थिती ओढवणार आहे, याची कल्पनाच त्यांना करवत नव्हती. ते एकदम सुन्न झाले होते. त्यांच्या अंगांगातून घाम ओघळत होता.

''नाही सर, आम्ही असलं काही करत नाही. खरोखर घोटाळाच झालाय. जेन्युइन ह्युमन एरर. प्लीज विश्वास ठेवा सर.''

''ह्युमन एरर इन्डीड!'' कौशिक विषादपूर्ण सुरात म्हणाले.

पण आता इथलं काम संपलं होतं. आणखी चौकशी करण्याची काहीच आवश्यकता उरली नव्हती. माधवी वाटवे आणि मोनिका वाटवे यांच्या डीएनएमध्ये काहीच साम्य का सापडत नाही, याचा उलगडा झाला होता. पण त्यामुळे मूळच्या यक्षप्रश्नाचं समाधान होत नव्हतं. तो गुंता अधिकच बिकट झाला होता. गेली दहा वर्षं जिचं संगोपन केलं ती मुलगी आपली नाही हे माधवीला

कसं पटावं? आणि मोनिकालाही ही आपली आई नाही हे कसं कळावं?

या मल्होत्राच्या चुकीपायी तीन-चार जीवांच्या आयुष्याचा खेळखंडोबा झाला होता. मल्होत्राची सर्वांनाच जबरदस्त चीड आली होती. आणि तरीही त्याचं काय करायचं हे समजत नव्हतं. मात्र त्याचा विचार नंतर करता येईल. आता मूळ समस्येच्या उकलीचा नव्यानं आणि नव्याच अंगानं विचार करायला हवा हे सगळ्यांच्याच लक्षात आलं होतं.

मल्होत्राला आणखी तंबी देत आणि शहर सोडून कुठंही न जाण्याची ताकीद देत सगळेच तिथून निघाले.

"कोणता आरोप ठेवायचा त्याच्यावर? कोणत्या गुन्ह्याखाली अटक करायची त्याला? कोणतं कलम लावायचं त्याला?" मल्होत्राला अटक करावी, असं कुणीतरी सुचवल्यावर नीरानं विचारलं. तिच्या प्रश्नांची उत्तरं कोणीच दिली नाहीत. खरंतर सगळ्यांनाच ते प्रश्न पडले होते.

"पण मग करायचं काय? नुसतं हात चोळत स्वस्थ बसायचं?"

"मला वाटतं तेच करणं योग्य होईल." मुकुंद म्हणाला, "या बाबतीतली आपली पहिली मीटिंग झाली सर तेव्हा मी म्हणालो होतो की, अजून केस तरी कुठं झालीय? आजही परिस्थिती बदललेली आहे असं मला वाटत नाही. कोणती केस आहे आपल्याकडे?"

"पण मी कमिशनरसाहेबांना काय सांगू?" अमृतरावांनी विचारलं, "आणि ते तरी गृहमंत्र्यांना काय सांगणार आहेत?"

"खरं तेच सांगायचं. मुलांना पळवून नेणारी कोणी टोळी आलीय, अशी नुसती अफवा उठली होती. तसा कोणताही खरा प्रकार घडलेलाच नव्हता. अजूनही तसं काही झालेलं नाही. त्या टीव्ही चॅनेलची ब्रेकिंग न्यूज लोकांनी पाहिली आणि सगळेच आरडा-ओरड करत सुटले. नुसता गोंधळ झाला. ससा पळाला म्हणून मी पळालो. आणि सगळेच पळत सुटले. इतरांना पळवत सुटले. ससा खरोखरच का पळाला होता, याची शहानिशा करण्याची गरजच कोणाला वाटली नाही. तशी साधी चौकशी जरी कोणी केली असती तरी त्यानंतरचा गदारोळ झाला नसता."

"ठीक आहे, आता तोही थांबलाय. फार-फार तर त्या टीव्ही चॅनेलला अफवा पसरवल्याबद्दल ताकीद देऊ शकतो आपण."

"तेही करणं अवघड आहे. ते लगेच फ्रीडम ऑफ प्रेसच्या गप्पा करायला लागतील. शिवाय त्यांनी जे काही दाखवलं ते घडलेलंच होतं. त्यांचं त्यावरचं भाष्य फार-फार तर चुकीचं होतं असं म्हणता येईल. त्यांनी तसं जाणूनबुजून केलं हे सिद्ध करणं कठीणच आहे."

"हीच तर खरी ग्यानबाची मेख आहे. मल्होत्रानंही चूकच केलीय. खरंतर

ती त्याच्याकडच्या कोणातरी टेक्निशियननं केली आहे. पण त्याची जबाबदारी शेवटी मल्होत्रावरच येते. तरीही त्यानं ती गर्भांकुरांची अदलाबदल जाणूनबुजून केली असं सिद्ध करणं अवघडच आहे.''

''तीच बाब जयंतीबेनची. नवरा आणि मुलगी दोघांनाही एकसाथ गमावल्यामुळे तिला जबरदस्त शॉक बसलाय. त्यातून सावरण्यासाठी ती आपल्याच विश्वात रमलीय. आपली मुलगी अजूनही जिवंत आहे, असं मानतेय. तिला मोनिका दिसताच ती आपलीच मुलगी आहे असं तिला वाटलं.''

''पण ती खरोखरच तिची मुलगी आहे, हे तर आता स्पष्ट झालंय.''

''पण तशी ती माधवीचीही मुलगी आहे हेही स्पष्ट झालंय. खरंतर या सगळ्या प्रकारात सर्वांत दुर्दैवी कोणी असेल, तर ती माधवी आहे. बिचारी आपलं साधं नीरस आयुष्य समाधानानं जगत होती. तिची कोणतीही मागणी नव्हती, कोणतीही अपेक्षा नव्हती. पण तिच्या समाधानी आयुष्याची मूळंच उखडून काढली जाताहेत. तिची कोणतीही चूक नसताना. तिनं कोणाचंही काहीही वाकडं केलेलं नसताना. गर्भधारणेच्या नऊ महिन्यांपासून जिला वाढवलं. जोपासलं. आपलं मानलं ती आपली मुलगीच नाही, हे तिनं कसं पटवून घ्यावं? कोणत्या कायद्यानुसार तिच्यापासून आपण तिला तोडू शकतो?''

''आणि तरीही जयंतीबेननं ती आपलीच मुलगी आहे असा दावा केला, तर तोही आपण कसा खोडून काढू शकतो?''

चर्चेत नुसते प्रश्नच केले जात होते. त्यांचीही उत्तरं कुणीही देत नव्हतं. ती तशी कुणाकडेही नव्हती. ही फाइल इथंच बंद करून पुढच्या कामाला लागलं नाहीतर आपण या तिढ्यात कायमचे अडकून पडू आणि शेवटी त्यातून निष्पन्न काहीच होणार नाही, याची सगळ्यांनाच जाणीव होती. पण तसं उघड म्हणायला कोणीही धजावत नव्हतं. मांजराच्या गळ्यात घंटा बांधायला कोणीही तयार नव्हतं. राजाच्या अंगावर काहीच कपडे नाहीत, तो चक्क नागवा आहे, हे सांगायला कोणीच पुढे येत नव्हतं. पोपट मेलाय हे राजाला सांगायचा धीर खुद्द बिरबलाला होत नव्हता, तर इतरांची काय कथा!

काही वेळ तिथं शांतता पसरली. स्मशान शांतता. तिचा भंग करण्याचं पाप आपल्या हातून होऊ नये याचीच पराकाष्ठा जो तो करत होता.

कोणाचा तरी मोबाइल वाजला. त्या शांततेत सगळ्यांनाच तो आवाज कानठळ्या बसवणारा वाटला. काय झालंय हेच प्रथम कोणाला समजेना. आणि ते ध्यानात आलं तेव्हा त्या मोबाइलचा शोध जो तो घेऊ लागला. मोबाइल मुकुंदचा होता. खसकन तो काढून कानाला लावत तो किंचाळलाच,

''येस?'' आणि मग स्वत:ला सावरत नेहमीच्या आवाजात त्यानं परत

विचारलं, "येस?"

मुकुंदच्या चेहऱ्यावरच्या झपाट्यानं बदलणाऱ्या हावभावांवरून काहीतरी खळबळजनक घटना घडली आहे, याची जाणीव सगळ्यांनाच झाली होती. मुकुंद फोन कानावरून उतरवून त्यासंबंधी केव्हा काही सांगतो, याचीच सर्व जण वाट पाहत होते.

"ठीक आहे, आम्ही येतोच तिकडं ताबडतोब."

"काय झालं?" त्यानं फोन बंद करताच सगळ्यांनीच एकदम विचारलं.

"प्रधानांचा फोन होता. मोनिका वाटवेला पळवण्यात आलंय. तिची आई आणि वडील दोघेही ठाण्यावर आले आहेत. माधवीनं तर तिथं हैदोस घातलाय. भ्रमिष्टासारखी ती सर्वांवरच ओरडत सुटलीय, त्यांच्यावर हात टाकू पाहतेय. कोणालाही ती आवरत नाहीय."

तिच्याबद्दल सगळ्यांनाच सहानुभूती वाटत असली तरी काहीही न बोलताच सगळे जण प्रधानांच्या स्टेशनकडे जायला निघाले.

सगळे तिथं पोचले तोवर माधवी जराशी शांत झाली होती. मुकुंद आणि नीरा यांना पाहताच ती परत उसळू पाहत होती. पण तोवर नीराच तिच्याजवळ गेली आणि तिला आपल्या कवेत घेत तिनं तिला शांत करायला सुरुवात केली. ती शांत होईपर्यंत नीरानं तिला काहीही विचारलं नाही.

मुकुंद मात्र प्रधानांजवळ गेला आणि त्यानं विचारलं.

"काय झालंय प्रधान? अशी कशी पळवली गेली ती मुलगी?"

"तेच शोधून काढण्याचा प्रयत्न करत होतो, तर तिची आई अशी बेफाम झाली. तिच्याकडून काहीही कळण्याची शक्यताच नाही. म्हणून मी तिच्या नवऱ्याला मधुकर वाटवेशी बोलण्याचा प्रयत्न केला. तर तो त्या वेळी ऑफिसात होता आणि घरी परतताच त्याला काही बोलू न देताच बायकोनं इथं ओढून आणलं. त्यालाही फारशी काही माहिती नाही."

"तुम्ही त्या रघुनाथला पकडून आणायला हवं होतं."

"तेच केलंय मी! माने आणि कदम दोघांना पाठवलंय त्याला इथं घेऊन येण्यासाठी. हे काय आलेच ते!"

रघुनाथला खोलीत शिरायचीही सवड न देता मुकुंदनं त्याची कॉलर पकडली.

"तुला वॉर्न केलं होतं मी रघुनाथ! बोल कुठं नेलंयस त्या मुलीला?"

"मी त्या दिवसानंतर तिला पाहिलेलंही नाही. मी इतका मूर्ख वाटलो काय तुम्हाला की तुम्ही दिलेल्या वॉर्निंगनंतरही मी असं काहीतरी करेन. मी सरळ-सरळ माझा धंदा करतोय. माझे क्लायंट्स तेवढे सरळ नसतील कदाचित. पण मी कोणतीही वेडीवाकडी वाट धरत नाही. त्या दिवसानंतर मी त्या जयंतीबेनला फोन करून तिचं नाव तुम्हाला सांगितल्याचं कळवलं. आणि आता मी

तिच्यासाठी काम करणार नसल्याचंही सांगून टाकलं. तेव्हापासून मी ना त्या जयंतीबेनला पाहिलंय ना त्या मुलीला.''

''मग तिला कोणी पळवली?''

''हे मी शोधून काढायचंय?'' ओठावर छद्मी हास्य आणत रघुनाथ म्हणाला, ''म्हणजे माझी तयारी आहे. पण माझे चार्जेस –''

पण तो आपलं वाक्य पूर्ण करू शकला नाही. ताडकन उठून त्याच्याकडे झेपावणाऱ्या मुकुंदला पाहताच तो मागे सरला आणि तोंडावरचं हास्य पुसून टाकत तो म्हणाला,

''सबूर, सबूर! थट्टा केली मी.''

''ही थट्टा करण्याची वेळ नाहीय रघुनाथ. बऱ्या बोलानं सांग मला ती मुलगी कुठं आहे?''

''मला काय माहिती? मी सांगितलं ना की, मी ती केस केव्हाच बंद करून टाकली. तुम्हाला हवं असलं ती मी माझ्या कॉन्टॅक्ट्सकडे चौकशी करून पाहतो. पण विश्वास ठेवा माझ्यावर माझा याच्याशी काहीही संबंध नाही.''

''मला वाटतं तो खरं बोलत असावा.'' प्रधान मुकुंदच्या कानात कुजबुजले. त्यालाही तसंच वाटत होतं. तिकडं नीराला अजूनही माधवीकडून काही उपयुक्त माहिती मिळाली नव्हती.

''मल्होत्राकडची माहिती जयंतीबेनला तर कळली नसेल?'' अमृतरावांनी एक शंका काढली.

मुकुंदनं चमकून त्यांच्याकडे पाहिलं.

''कशी काय मिळाली असेल? म्हणजे त्यानं स्वतःच तिला सांगितलं असलं तर –''

''नसेलही. पण ती शक्यता नाकारता तर येत नाही.''

''म्हणजे मग मोनिकाला जयंतीबेननं स्वतःच पळवून नेलं असेल असं –''

पण आपलं वाक्य पूर्ण न करताच प्रधानांना खेचून नेत मुकुंद तिथून वेगानं निघून गेला.

जयंतीबेनकडे पोचताच त्यानं जोरजोरानं तिची डोअरबेल वाजवली. बाईंनी दार उघडताना त्याविषयीची नापसंती व्यक्त केली नाही तेव्हाच मुकुंदला थोडं आश्चर्य वाटलं. बाईंचा आविर्भाव असा होता की, पोलीस येणार याची अपेक्षा तिनं केलीच होती.

''माझ्या अपेक्षेपेक्षा लवकर आलात तुम्ही. तोरल इथं आहे की काय याचाच तपास करायला आलात ना?'' तिनं स्पष्टच विचारलं.

''म्हणजे आहे ती इथं?''

"हो, स्वत:च्या घरीच असणार ना ती? आणखी कुठं?"

"स्वत:च्या घरी? तुम्ही तिला शाळेतून परस्पर पळवून आणली आणि –"

"– जस्ट अ मिनिट! जस्ट अ मिनिट! पळवून हा चुकीचा शब्द वापरताय तुम्ही. मी तोरलला, माझ्या मुलीला घरी घेऊन आले शाळेतून. पळवण्याचा प्रश्नच कुठं येतो?"

"ती तोरल नाही, मोनिका वाटवे आहे."

"तिची खरी ओळख लपवण्यासाठी असं काहीतरी दुसरं नाव तिला देणं भागच होतं."

"नाही जयंतीबेन. ती खरोखरच तोरल नाही. तोरल, आय ॲम सॉरी टू से, पण दोन वर्षांपूर्वी झालेल्या अपघातात –"

"– त्यातून ती वाचली. दोन वर्षं ती आपलं घर हरवून बसली होती. पण आता आपल्या घरी आली आहे."

"नाही. जयंतीबेन. ती तुमची मुलगी नाही."

"नाही? मी म्हणते आहे. आणि आता ती इथंच राहणार आहे. आपल्या आईजवळ. आपल्या आईपासून तिला तोडू शकणार नाही तुम्ही."

"हे पहा जयंतीबेन, तुमची मन:स्थिती समजू शकतो मी. म्हणूनच सरळ-सरळ सांगतो आहे ती तुमची मुलगी नाही. मला वाटतं तुम्ही उगीचच विरोध न करता तिला आमच्या स्वाधीन करावं म्हणजे आम्ही तिला तिच्या आईकडे पोचवू."

"तेवढी तसदी तुम्ही घेण्याचं कारणच नाही. कारण ती आपल्या आईकडेच आहे."

"म्हणजे तुम्ही तिला आमच्याकडे सोपवणार नाहीतर?"

"कदापि नाही!"

"मग मला नाइलाजानं तुम्हाला अटक करून तिला घेऊन जावं लागेल."

"मला तुम्ही अटक करणार? कोणत्या आरोपाखाली?"

"दुसऱ्याची मुलगी पळवून नेल्याच्या. तिला जबरदस्तीनं आपल्या घरात कोंडून ठेवल्याच्या."

"गो राइट अहेड! पण तुम्ही एक फार मोठी चूक करताहात हा इशारा आताच देऊन ठेवते. आणि मीही उलट तुमच्यावर खोट्या आरोपाखाली मला त्रास दिल्याबद्दल खटला भरेन. अब्रूनुकसानीची फिर्यादही ठोठावणार आहे. माझ्या वकिलांना मी तशा सूचना देऊनही ठेवल्या आहेत."

"तरीही मला तुम्हाला अटक करून न्यावं लागणारच आहे. प्रधान, माने घराची झडती घ्या आणि मोनिकाला शोधून काढा."

प्रधानांना पाहताच मोनिकानं हंबरडा फोडला आणि मला आईकडे न्या असं ती वरचेवर सांगू लागली. मुकुंदनं जयंतीबेनचं त्याकडे लक्ष वेधलं. पण त्यांच्या चेहऱ्यावर त्याची काहीही प्रतिक्रिया उमटली नाही.

''या केसचा निकाल लागल्यातच जमा आहे. उद्या मी कितीही आणि कसाही युक्तिवाद केला, तरी कोर्टाचं मत आपल्या बाजूला वळवू शकेन असं वाटत नाही. आणखी कोणताच पुरावा नाही का?'' हताश सुरात सरकारी वकिलांनी विचारलं.

अमृतराव, कौशिक, मुकुंद, नीरा, प्रधान सगळेच तिथं उपस्थित होते. पण कुणीही काहीही बोललं नाही. त्यांच्या प्रश्नाला होकारार्थी नकारार्थी काहीच उत्तर त्यांनी दिलं नाही. सगळे साक्षीपुरावे संपले होते. फक्त दोन्ही बाजूच्या वकिलांची शेवटची कन्क्लुडिंग स्टेटमेन्ट्स तेवढी शिल्लक राहिली होती. ती उद्या झाली की कोर्ट निकालाची तारीख सांगून उठेल असंच त्यांना वाटत होतं. आणि उद्या जर काही तसाच पुरावा सादर केला नाही किंवा तसाच काही विलक्षण युक्तिवाद केला नाहीतर मग केस हातातून गेल्यातच जमा आहे, याची खात्री त्यांना पटली होती.

''असणार तरी कोणता?'' सरकारी वकील स्वत:च म्हणाले, ''त्या डॉ. मल्होत्राच्या साक्षीनंतर तर सगळंच संपलं. ती मुलगी जयंतीबेनची आहे हा त्यांचा दावा आपण फेटाळून लावू शकत नाही. त्याला आक्षेप घेण्याचा कोणताच युक्तिवाद माझ्याकडे तरी नाही.''

''म्हणजे मीच मोनिकाची आई आहे, हा जयंतीबेनचा दावा तुम्हाला मान्य आहे तर?''

''मला तो मान्य असण्याचा नसण्याचा प्रश्नच नाही. कोर्टाला तो मान्य होतो आहे, असंच मला दिसतं आहे. कारण तो योग्य असल्याचा जबरदस्त पुरावा त्या मल्होत्राच्या साक्षीतून त्यांना मिळालेला आहे.''

''या मुलीचा जन्म संपूर्णपणे नैसर्गिक नाही हे तुम्हाला पटतंय का वकीलसाहेब?'' इतका वेळ शून्यात नजर लावून पाइप चोखत बसलेले कौशिक म्हणाले. त्यांनी वकीलसाहेब असं म्हटल्यामुळे तो प्रश्न त्यांनी त्यांना विचारलेला आहे, असं म्हणता येत होतं. एरवी त्यांनी आपली नजर जराही हटवलेली नव्हती. तो शब्द त्यांनी वापरला नसता तर ते स्वत:शीच संवाद साधू पाहत आहेत, असंच म्हणावं लागलं असतं.

''हो! म्हणजे कन्सेप्शन, गर्भधारणा नैसर्गिक नाही. ती असिस्टेड रिप्रॉडक्शन टेक्नॉलॉजीची देणगी आहे. पण बाकीची प्रक्रिया तर नैसर्गिकच वाटते आहे मला.''

"तेही बरोबर आहे. पण जोवर ही नवी टेक्नॉलॉजी अस्तित्वात आली नव्हती तोवर कोणाही मुलाची आई कोण असा प्रश्न कधी विचारला गेला असता का? मुलाचा बाप कोण असा प्रश्न अनेक वेळा उपस्थित केला गेला होता. पण आई कोण असं कधी विचारलं गेलं होतं का?"

"नाही. पॅटर्निटी सूट्स होत असत. पण मॅटर्निटी सूट्स झालेल्या मला तरी माहिती नाहीत."

"बरोबर. म्हणजे आजवर आई कोण हे ठरवण्याचे काही निकष होते, आईची व्याख्या करण्याचे काही नियम होते."

"होते कसे? अजूनही आहेत ना. आईला जननी असं म्हणतात. जन्मदात्री असं म्हणतात. म्हणजे जिच्या पोटी जन्म होतो ती आई."

"हो ना? मग त्या न्यायानं माधवी वाटवे हीच मोनिकाची आई ठरते. तिनंच तिला जन्म दिला हे तर आपण निर्विवादरीत्या सिद्ध करू शकलो आहोत."

"पण, पण ही केस वेगळी आहे."

"काय वेगळेपण आहे? आताच तर तुम्ही म्हणालात की जन्मदात्री ती आई. जिनं नऊ महिने मुलाला पोटात वाढवलं ती आई."

"पण तेव्हा संपूर्ण जन्म नैसर्गिकरीत्या होत असे. इथं तसं नाही. शिवाय तो डीएनएचा पुरावा!"

"तीही एका नव्या तंत्रज्ञानाची देणगी आहे. आजवर बापाची ओळख पटवण्यासाठी सुद्धा रक्ताची तपासणी करून ब्लड ग्रुपवरून बाप कोण हे ठरवलं जात होतं. आईची ओळख पटवण्यासाठी तर तशी टेस्टच नव्हती."

"म्हणायचंय काय तुम्हाला, डॉक्टर कौशिक?"

"मला एवढंच म्हणायचंय की वुई हॅव टू बी कन्सिस्टंट. नव्या तंत्रज्ञानाच्या मदतीनं मूल जन्माला आलं असेल तर आपल्याला आपला सगळा विचारही नव्यानंच करायला हवा. जिनं जन्म दिला त्या जन्मदात्रीचा पती हाच मुलाचा बाप असं आजवर आपण मानत आलो होतो. त्याला आता त्या मुलाच्या अंगी असलेले जीन्स कोणाचे या विचाराची जोड देतो. तसंच आई एकमेव असते या जुन्या विचाराचा त्याग करून आपण एकाहून अधिक आई असू शकतात या विचाराचा स्वीकार करायला हवा."

"आणि पूर्वीही असं घडलेलं आहेच की! श्रीकृष्णाची आई देवकी तशीच यशोदादेखील. एकीनं त्याला जन्म दिला, तर दुसरीनं त्याचं संगोपन केलं." अमृतराव म्हणाले.

"अगदी मोलाचं बोललात, अमृतराव!" आणि नीरा व मुकुंद यांच्याकडे वळून ते पुढे म्हणाले, "बघा म्हटलं नव्हतं मी तुम्हाला की अमृतराव थोडंच बोलतात पण मोठं मर्माचं वाक्य बोलतात. त्यांच्या त्या वरवर असंबद्ध

वाटणाऱ्या बोलण्याचा बारकाईनं विचार केला की पुढचा मार्ग स्वच्छ दिसायला लागतो. तुम्हालाही तसा तो दिसायला लागला असेलच वकीलसाहेब!''

ते मात्र अजूनही बुचकळ्यातच पडले होते. कौशिक नेमकं काय सांगताहेत याचाच छडा त्यांना लागत नव्हता. त्यात आता अमृतरावांनी दाखवलेल्या मार्गाचा शोध त्यांना घ्यावा लागत होता. ते तसेच गोंधळल्यासारखे बसून राहिलेले पाहून कौशिकांनीच परत सुरुवात केली.

''तुम्ही विचार करता आहात तो मोनिकाची आई कोण हे ठरवण्याचा. ती कोण हे एकदा ठरलं की, मग मोनिकाचा ताबा तिच्याकडे देता येईल, असाच काहीसा तुमचा युक्तिवाद आहे. बरोबर?''

''बरोबर. म्हणूनच तर माधवी हीच मोनिकाची आई आहे हे कसं सिद्ध करावं याचा विचार करत आलोय मी. पण तो डीएनएचा पुरावा तो विचार मुळातूनच उखडून टाकतो आहे.''

''तिथंच तर चुकताहात तुम्ही. आणि तेच नेमकं अमृतरावांनी सूचित केलंय. देवकी श्रीकृष्णाची आई यावर कोणाचंच दुमत नाही. बरोबर?'' त्यावर वकिलांनी काहीही न बोलता नुसतीच मान हलवली. ''पण म्हणून यशोदा तिची आई नाही असं कोणी म्हणतं का? किंवा यशोदा श्रीकृष्णावर सगळा हक्क सांगून देवकीला त्याच्यापासून तोडायचा आग्रह धरते का? नाही ना? यशोदा आणि देवकी दोघींनाही श्रीकृष्णाची आई म्हणून मान्यता मिळालेली आहे.''

''पण त्या गोष्टीत आणि या केसमध्ये एक मोठा फरक आहे कौशिकसाहेब. देवकी ही केवळ श्रीकृष्णाची जन्मदात्री आईच नव्हती. तर त्याच्या अंगचे जीन्सही देवकीचेच होते. यशोदेनं केवळ तिचा प्रतिपाळ केला होता.''

''मग तर माझं म्हणणं तुम्हाला सहज पटायला हवं. असं असूनही त्या दोघींनाही श्रीकृष्णाची आई मानलं गेलं आहे ना? आपल्या या केसमध्ये तर जन्मदात्री आई एक आहे आणि बीजदात्री दुसरीच आहे. यशोदेप्रमाणं लालनपालन करणारी कोणी तिसरीच असती, तर तिचाही समावेश केसमध्ये झाला असता आणि तुमच्यापुढची समस्या अधिकच गहन बनली असती. आजवर काय होत होतं की जिची जनुकं मुलाच्या अंगी उतरायची तीच त्याला जन्मही द्यायची. म्हणजे बीज जिचं तीच त्याचा गर्भही आपल्या पोटात धारण करायची. त्यामुळे बीजदात्री आणि जन्मदात्री एकच असायची. म्हणूनच आई कोण याचं एकमेव उत्तर दिलं जाणं शक्य होतं. आणि मग या आता तुमच्यापुढे असलेल्या केसचा निवाडा त्या एकमेव निकषावर करणं शक्य होत होतं. पण हे केव्हा? तर जेव्हा पुनरुत्पादनाची संपूर्ण क्रिया कोणत्याही बाह्य मदतीशिवाय पार पडत असे तेव्हा. आता तसं होत नाही. तुमच्यापुढे असलेल्या केसमध्ये तसं झालेलं नाही. त्यासाठी

पूर्वी कल्पना न केलेल्या नव्या तंत्रज्ञानाची मदत घेतली गेली आहे. त्याचा वापर केला गेला आहे. मग त्यातून उद्भवलेल्या गुंत्याची उकल जुन्या कायद्यांनुसार कशी करता येईल? त्यासाठी नव्यानंच विचार करायला हवा. विचारांची नवी बैठक प्रस्थापित करायला हवी. पॅरॅडाइम शिफ्ट घडवायला हवा. बीजदात्री आई तीच जन्मदात्री आई हे समीकरणच मुळी आता कालबाह्य झालेलं आहे. त्यामुळे त्याचा वापर करून निवाडा करणं कसं योग्य होईल?

"तुम्ही वकील मंडळी कोर्टात नेहमी साक्षीदाराला सांगत असता, 'हो की नाही एवढंच उत्तर दे!' कारण कायदा गाढव असतो. त्याला नेहमीच अशी काटेकोर विभागणी हवी असते. काळी किंवा गोरी. जे काळं नाही ते गोरंच असलं पाहिजे असा त्याचा खाक्या असतो. पण वास्तव जग तसं नसतं. निसर्ग तसा नसतो. तो अधल्या-मधल्या अनेक छटा निर्माण करतो. त्यासाठी आम्ही वैज्ञानिक वापरतो, तसं फझी लॉजिकच वापरायला हवं."

"फझी लॉजिक? म्हणजे काय?"

"समजा माझ्याकडे एक सफरचंद आहे. त्या वेळी तुम्हाला मी तुमच्याच थाटात विचारलं की, माझ्याकडे सफरचंद आहे की नाही? हो किंवा नाही असंच उत्तर द्या. तर तुम्ही तसं देऊ शकाल. आता समजा मी ते खाऊन टाकलं आणि परत तोच सवाल केला. तरीही तुम्ही त्याचं हो किंवा नाही असं उत्तर देऊ शकाल. पण समजा मी त्या सफरचंदाचा एक घास घेतला. आणि आता परत विचारलं की, माझ्याकडे सफरचंद आहे की नाही? तरी तुम्ही तसंच निःसंदिग्ध उत्तर देऊ शकाल का? अर्धवट खाल्लेल्या त्या फळाला सफरचंद म्हणता येईल का? आणि तसं म्हणता येत नसेल तर मग काय म्हणायचं? या दुविधेत आपण पडतो कारण नेहमीचं रोखठोक तर्कशास्त्रच त्या प्रश्नाची उकल करण्यासाठी वापरू पाहतो. पण फझी लॉजिक हा तर्कशास्त्राचा नवा अवतार या अधल्या-मधल्या अनेक शक्यता विचारात घेतो. त्यामुळे मग अशा प्रश्नानं गोंधळल्यासारखं होत नाही. म्हणूनच म्हणतो की, आपण आई कोण या प्रश्नाच्या उत्तरावर केसचा निवाडा करण्याचा विचारच सोडून द्यायला हवा. आई कोण हे ठरवणं गौण मानलं पाहिजे. जयंती आणि माधवी दोघीही आई आहेत, हेच कोर्टाला समजावून द्यायला हवं."

"मग काय करायचं? बिरबलानं सांगितलं होतं, त्याप्रमाणं त्या मुलीचे मोनिकाचे दोन तुकडे करून दोघींना समसमान वाटून द्यायचे?"

"बघितलंत. परत अमृतरावांनी नेमका मार्ग दाखवलाय आपल्याला. वाह, अमृतराव! आपका भी जवाब नही!"

"म्हणजे खरोखरच त्या मुलीचे तुकडे करा असं सांगायचं की काय?"

घाबरून वकिलांनी विचारलं.

"छे, हो! बिरबलाला तरी मुलीचे तुकडे कुठं करावे लागले होते! त्यानं आपली एक अलंकारिक भाषा वापरली. त्यापाठचा मथितार्थ वेगळाच होता. आणि तो साध्य झालाही. अर्थात तिथं एक खरी आई होती आणि दुसरी मायावी, खोटी आई होती. त्यामुळे तुकडे करा म्हटल्यावर खऱ्या आईचं हृदय गलबललं. आणि तिनं त्या मुलीला दुसरीला द्यायला सांगितलं. म्हणजेच तिथं आईनं आपला मालकी हक्क प्रस्थापित करण्याचा हट्ट सोडत मुलाच्या हिताचा, त्याच्या भविष्याचा विचार केला. आणि मग खटल्याचा फैसलाही त्याच तत्त्वावर केला गेला. इथंही तुम्हाला हेच करायला हवं. जयंतीबेनचा दावा कसला आहे? तर मोनिका, ती तिला तोरल म्हणतेय, तर त्या मुलीवर आई म्हणून मालकी हक्क आपलाच आहे. का? तर तिचा गर्भांकुर आपण दिला आहे म्हणून. पण तो तसा दिला होता याचाही तिला आजवर पत्ता नव्हता. त्यानंतरचे सोपस्कार तर तिनं काहीच केलेले नाहीत. ते सगळे त्या माधवीनं केले आहेत. तिला वाढवण्याच्या सगळ्या खस्ता तिनं खाल्ल्या आहेत. तिच्यावर सारे संस्कार तिनं केले आहेत. तिचं व्यक्तिमत्त्व तिनं घडवलं आहे. घडवत आहे. तेव्हा मालकी हक्क कोणाचा हा मुळी बीजप्रश्न मानताच नये. मालकी हक्काचाच विचार करायचा, तर जयंतीबेनच्या दाव्याला आपला कोणताच आक्षेप नाही असंच तुम्ही सांगा. पण तसा मालकी हक्क माधवीचाही आहे. केवळ गर्भांकुर म्हणजे मूल नाही. आणि केवळ नऊ महिने पोटात बाळगलं म्हणून ते मूल त्या स्त्रीचं होत नाही. आजकाल गर्भाशय भाड्यानं दिलं जातच आहेत ना? सरोगेट मदर मिळतातच आहेत ना? जयंतीबेनचा सारा दावा मोनिकावर आपला मालकी हक्क आहे, हे प्रस्थापित करण्यावर अवलंबून आहे. ते मुळी आपण अमान्य करतच नाही आहोत. आपण एवढंच म्हणतो आहोत की, बदललेल्या परिस्थितीत असा मालकी हक्क कोणा एकीचाच राहू शकत नाही. जितका जयंतीबेनचा मालकी हक्क तितकाच तो माधवीचा. जर ही मुलगी तोरल असती, तर जयंतीबेनचं म्हणणं मान्य करता आलं असतं. कारण मग बीजदात्री आणि जन्मदात्री आई फक्त जयंती पारेखच असती. मग तिच्याकडे त्या मुलीला सोपवायला कोणतीच आडकाठी घेता आली नसती. पण ही मुलगी तोरल नाही. आणि ते कोर्टाला पटवून देण्याएवढा पुरावा तुमच्याकडे आहे."

"आहे, आहे, निश्चितच आहे."

"तेव्हा ही मुलगी मोनिका आहे हे प्रथम ध्यानात घ्यायला हवं. आणि ती मोनिका असल्यामुळे तिची बीजदात्री आई एक आहे, तर जन्मदात्री आई वेगळीच आहे. त्यामुळे कोणा एकीला तिच्यावर मालकी हक्क सांगता येणार नाही. खरंतर

मालकी हक्क हा मुद्दाच मुळी तुम्ही बाद ठरवायला हवा. मालकी हक्क प्रस्थापित करायला मोनिका म्हणजे काही मालमत्ता आहे का राहत्या घरासारखी? किंवा कोणत्यातरी कंपनीतल्या शेअरसारखी? भविष्याची तरतूद करणाऱ्या मुदतीच्या ठेवीची पावती आहे का काय ती? ती तर एक जिवंत, हाडामांसाची व्यक्ती आहे. तिला मन आहे. तिचं भावविश्व आहे. एखाद्या मालमत्तेसारखा तिचा ताबा कसला द्यायचा? तिचं तिच्या आईशी मीलन घडवून आणायचं आहे. आई आणि मूल यांच्यामध्ये काय केवळ मालकी हक्काचाच प्रश्न असतो? ते तर एक सनातन गहिरं नातं आहे. त्या नात्यामध्ये अतूट भावबंध आहे. भावबंध कधीच एकतर्फी नसतो. तो दुतर्फी असावा लागतो. खरंतर कोणताही बंध, कोणताही जोड असाच दोन्ही बाजूंनी जोडलेला असतो. साधा नदीवर बांधलेला पूल घ्या. त्याला फक्त एकाच किनाऱ्यावर आधारस्तंभ आहे आणि दुसऱ्या किनाऱ्यावर तो नुसताच लोंबकळतो आहे असं होतं का? तसं झालंच, तर तो पूल केव्हाच कोलमडून पडेल. अहो, दोन अणूंना जोडून त्यांच्यापासून रेणू तयार करणारे बंधही असेच दुतर्फा असतात. त्यांच्यामध्ये त्या दोन्हीही अणूंचा सहभाग असतो. त्या दोघांमध्ये काही देवाण-घेवाण होते. कोणी नुसताच दाता असतो, तर दुसरा नुसताच घेता असतो. म्हणूनच जिथं दोघांचाही सहभाग समसमान असतो, असा कोव्हॅलंट बाँड सर्वांत मजबूत असतो. दोघंही अणू स्वतंत्ररीत्या अपूर्ण असतात. पण ते आपल्याकडे तुटपुंज्या संख्येनं असलेले इलेक्ट्रॉन्स एकमेकांबरोबर वाटून घेतात. शेअर करतात. आणि तसं केल्यानं मग दोन्ही अणूंना पूर्णत्व येतं. त्यांच्या भोवतालचं ते इलेक्ट्रॉनचं कवच अखंड होतं. अभंग होतं. अभेद्य होतं. म्हणूनच तो बंध सगळ्यात बळकट ठरतो. आई आणि मूल यांच्यामधला भावबंध असाच कोव्हॅलंट बाँडच्या जातकुळीतला असतो. मातृत्वाशिवाय स्त्रीला पूर्णत्व लाभत नाही, असं आपण म्हणतोच ना. तसंच आईविना मुलाची वाढही निकोप होत नाही, असंही आपण मानतोच ना! तेव्हा या खटल्याचा निकाल आई कोण या प्रश्नाच्या उत्तरावर अवलंबून न ठेवता त्या मुलीचं भविष्य, तिचं पुढचं आयुष्य कोणाच्या हाती सोपवल्यानं सुरक्षित राहणार आहे, तिची शारीरिक आणि त्याहूनही अधिक महत्त्वाची म्हणजे मानसिक वाढ सुस्थापित होण्यासाठी यापुढे तिनं कुणाकडे राहणं योग्य ठरणार आहे, या प्रश्नांच्या उत्तरावर अवलंबून असायला हवा असा युक्तिवाद तुम्ही लढवायला हवा. बीजप्रश्नाचं स्वरूपच तुम्ही पार पालटून टाकायला हवं. जयंतीबेनचे वकील आपल्या युक्तिवादात तिच्या आणि मोनिकाच्या डीएनएमध्ये जे साम्य आहे, त्या पुराव्यावरच भर देतील. त्यांनी तो तसा देणं अपेक्षितच आहे. त्या पुराव्याच्या आधारावर त्यांच्यावरचा मोनिकाला पळवून नेल्याचा आरोप निकालात निघेल. त्यांची निर्दोष म्हणून सुटका होईल. होऊ दे. त्याला आपण आक्षेप घेण्याचं काहीच कारण

नाही. कारण जयंतीबेनला शिक्षा व्हावी हा मुळी आपला उद्देशच नाहीय. आपला उद्देश आहे तो मोनिकाच्या भल्याचा. तिचं आयुष्य उद्ध्वस्त होणार नाही हे पाहण्याचा. तिचं व्यक्तिमत्त्व निकोप, सुदृढ कसं होईल हे पाहण्याचा. आणि माया, ममता असणाऱ्या कोणत्याही आईचं उद्दिष्टही यापरतं वेगळं असू शकणार नाही, हे ठामपणे सांगण्याचा. त्यामुळे या खटल्याचा निकाल लावताना जयंतीबेन किंवा माधवी वाटवे याच्या दृष्टिकोनातून विचार न करता तो केवळ मोनिकाच्या दृष्टिकोनातूनच करायला हवा यावर तुम्ही भर द्यायला हवा. कारण जो काही निकाल लागेल त्याचा सर्वांत जबरदस्त परिणाम होणार आहे तो तिच्या आयुष्यावर, तिच्या भावविश्वावर आणि पर्यायानं तिच्या एकंदरीत स्वास्थ्यावर. म्हणूनच तिच्याच नजरेतून या साऱ्या प्रकरणाकडे पाहायला हवं. जयंतीबेन आणि माधवी या तिच्या दोन्ही आई आहेत. पण कुणाबरोबरचा तिचा भावबंध कोव्हॅलंट बॉंडसारखा मजबूत आहे, याचा विचार करायला हवा. त्या निकषावरच तिनं कुणाबरोबर राहावं, हे ठरवायला हवं. पटतंय का वकीलसाहेब?''

''माझं सगळं कन्क्लुडिंग स्टेटमेन्टच तयार करून दिलंत तुम्ही, कौशिक साहेब. आता इथं एखादा रेकॉर्डर असायला हवा होता. पण हरकत नाही. तुमचा शब्दन्‌शब्द मनावर कोरला गेलाय. त्यामुळे मला ते माझ्या भाषेत लिहून काढणं कठीण जाणार नाही. थँक्यू, थँक्यू व्हेरी मच!''

''अहो माझे कसले आभार मानता? आभार मानायला हवेत अमृतरावांचे. त्यांनीच तर सारी दिशा दाखवली आपल्याला. आणि आता बघा कसे नामानिराळे राहू पाहताहेत!''

आणि सरकारी वकील घाई-घाईनं अमृतरावांकडे जाऊन त्यांचे हात हातात घेऊ पाहताहेत हे बघताच एक मिश्कील भाव चेहऱ्यावर आणत कौशिकांनी आपला पाइप पेटवायला सुरुवात केली. या वेळी नीरानंही त्याला ऑब्जेक्शन घेतलं नाही.

◆

आयुर्वेदात शिजवणे या प्रक्रियेला अन्नावर संस्कार करणे असंच म्हटलं आहे. अन्नाला उष्णता देण्यासाठी काही प्रक्रिया कराव्या लागतात. प्रत्येक गृहिणीला याची माहिती असणे आवश्यक आहे. संग्रही ठेवावे असे पुस्तक.

सुगरणीचं विज्ञान

डॉ. बाळ फोंडके

माणूस आपलं अन्न शिजवायला लागला तेव्हापासून त्याच्या उत्क्रांतीतील वाटचालीनं एक महत्त्वाचं वळण घेतलं. किंबहुना माणूस आपलं अन्न शिजवायला लागला तेव्हाच 'हन्टर गवरर' हे स्वरूप सोडून त्यानं आपल्या सुसंस्कृत आधुनिक मानव बनण्याच्या वाटचालीला सुरुवात केली. अन्न शिजवून खायला लागल्यामुळे पचनसंस्थेत जसे उत्क्रांतिनुरूप बदल होत गेले तसा माणसाचा सांस्कृतिक विकास होत गेला. आयुर्वेदात शिजवणं या प्रक्रियेला अन्नावर संस्कार करणं असंच म्हटलं आहे. म्हणजेच शिजवण्याची प्रक्रिया हीही एक वेगळ्या अर्थानं संस्कृतीजन्य प्रक्रिया ठरते. खाण्याजोगं अन्न तयार करणं यासाठी उष्णता देण्याआधीही काही प्रक्रिया कराव्या लागतात. पूर्वतयारी करावी लागते. प्रमाण नेमकं किती असावं याचं व्यवधान राखावं लागतं. ही सगळी अवधानं पार पाडताना आपण एक वैज्ञानिक प्रक्रियाच पार पाडत असतो याची जाणीव सुगरणींना असतेच असं नाही. त्या प्रक्रियेपाठी विज्ञानाची जी संकल्पना अनुस्यूत आहे असं मी मानलं ते कितपत बरोबर आहे? आणि सर्वांत महत्त्वाची बाब म्हणजे ज्यांची विज्ञानाशी फारशी जवळीक नाही अशा सुगरणींना हे विज्ञान कितपत रुचेल? की तो घास गळ्याखाली उतरणारच नाही? अशा प्रश्नांची उकल करणारे हे पुस्तक.